INSIGHT PUBLICA®

INSIGHT PUBLICA®
Nadakkavu, Kozhikode, Kerala
www.insightpublica.com
e-mail: insightpublica@gmail.com

Chandera

(Malayalam)

C.M. Rajan

First Edition : March 2018
Second Edition: November 2021

ISBN 978-93-87398-29-0

ചന്തേര

ചില (കലികാല) ചിന്തകൾ.
കവിതയെന്ന കാപട്യത്തോടെ.

സി.എം. രാജൻ

INSIGHT PUBLICA®

ജനനം: മെയ്, 1961, സ്ഥലം: ചന്തേര, കാസർഗോഡ് ജില്ല. വിദ്യാഭ്യാസം: പൂന സർവ്വകലാശാലയിൽനിന്നും ആംഗലേയ സാഹിത്യത്തിൽ ബിരുദാനന്തര ബിരുദം. ഹൈദരാബാദിലെ അന്തർദേശീയ വിദ്യാഭ്യാസ സ്ഥാപനമായ വിസ്ഡ ഇന്റർനാഷണലിൽ ഇംഗ്ലീഷ് പരിശീലകനായി പ്രവർത്തിക്കുന്നു.

മറ്റു കൃതികൾ: *അസംബന്ധ പ്രബന്ധങ്ങൾ*

പരിഭാഷകൾ: *സാത്താന്റെ സുവിശേഷം, പ്രണയവും മൂലധനവും, യേശു ക്രൂശിതനാകുന്നു, വിടവാങ്ങൽക്കുത്ത്*

പുരസ്കാരം: വിവർത്തനത്തിനുള്ള കേരള സാഹിത്യ അക്കാദമി അവാർഡ് (പ്രണയവും മൂലധനവും)

email: rajan.cm@gmail.com

സി.എം. രാജൻ

I write. As I write thoughts shape. Themselves.

ഉള്ളടക്കം

ഒരു കുറിപ്പ്

സ്വാമി ആത്മാനന്ദ

കലികാലത്ത് കാണുന്നവനൊക്കെ കവിയായിരിക്കും എന്നു ആദി കവിയല്ലാത്ത വ്യാസൻ സഖാവ് പറഞ്ഞതായി ഓർക്കുന്നു. അതുകൊണ്ടാവണം ഈ വിദ്വാൻ കാണാപ്പുറത്ത് എഴുതാപ്പുറം വായിച്ചുകൊണ്ട് ഇരുന്നത്. എനിക്ക് വികാരമില്ലാ എന്ന് കരയുമായിരുന്നു. അത് പണ്ട് കലാകൗമുദിയിൽ സാഹിത്യവാരഫലത്തിൽ എം കൃഷ്ണൻ സാറ് ഇവന്റെ ‘അഹല്യോദ്ധാരണം’ വായിച്ചെഴുതിയ റീവ്യൂ വായിച്ചന്നു മുതലാണ്. ചങ്ങമ്പുഴ പാൽപ്പായസം മാത്രം പഥ്യമായ കിട്ടുകിട്ടൻ സാറിനു കവിത ഇഷ്ടമായി. എങ്കിലും, ഈ വിദ്വാൻ ബുദ്ധി കൂടും, വികാരം കുറയും എന്നായിരുന്നു വിമർശനം. അത് നേരല്ലേ? അന്ന് മുതൽ ഇവൻ എഴുതിയതിലൊക്കെ ബുദ്ധിയും ബുദ്ധിയില്ലായ്മയുമാണ് അധികവും. രാവണൻ തല പത്തുണ്ടെന്നു പറയും. എന്നുവെച്ചാ, പത്തു മനസ്സ്. ഒറ്റ മനസ്സായിരിക്കാൻ പറ്റാത്ത സ്കിസോഫ്രീനിക്. അതാണിവൻ. വികട സരസ്വതി നാവിൽ നന്നായി വിളയും. വഴങ്ങും. അതാണ് കുഴപ്പവും. ദേശാഭിമാനി വാരികയിൽ പത്രാധിപരായിരിക്കേ തായാട്ടു ശങ്കരൻ ഈ വിദ്വാനോട് പുരാണങ്ങൾ പുനരാഖ്യാനിക്കാൻ പറഞ്ഞു. കവിതപ്രായത്തിൽ. അങ്ങിനെ ‘ലക്ഷ്മണരേഖ” എഴുതി. ‘ഒരു പഴയ പെരുവിരൽ’ എഴുതി. ‘ഈസ്റ്റർ കുറിപ്പെ’ഴുതി. അതൊന്നും ഇവിടെ കണ്ടില്ല. ചോദിച്ചപ്പോൾ അത് പൂർവ്വാശ്രമമാണെന്നു പറഞ്ഞു. അപ്പോൾ ഇപ്പോൾ ഏതാശ്രമമെന്നു ചോദിച്ചപ്പോൾ, ഇപ്പോൾ ശ്രമവും ആശ്രമവും ഒന്നുമില്ല. അക്ഷരങ്ങളിൽനിന്ന് രക്ഷപ്പെടുകയാണ് എന്ന് പറഞ്ഞു. അതിന്റെ ലാഞ്ഛന ഇവിടെയും അവിടെയിവിടെ കാണാനുണ്ട്. എങ്കിലും ഒരു സങ്കടം പറയാതെ വയ്യ. ഇവനിപ്പോൾ വികാരമില്ല. വിദ്ധ്വംസക മൂഡാണ്. ആകട്ടെ. നന്നായി വരട്ടെ .

ഹൈദരാബാദ്
21, ഒക്ടോബർ, 2017

ചന്തേരക്കവിതകൾക്കൊരാമുഖം

ദുർഗ മനോജ് ആറ്റിങ്ങൽ

ആമുഖം; അതും കവിതകൾക്ക്! അത്ഭുതചിഹ്നം തന്നെയാണുചിതം. അതിലേറെ പരിഭ്രമം. സമുദ്രത്തിലെ മഞ്ഞുമലകളെ ഓർമ്മ വരുന്നു.മുകളിൽ കാണുന്ന പർവ്വതാകാരം ഒരു സൂചന മാത്രമാണ്. അതിന്റെ ഇരട്ടിയിലുമധികം കടലിന്റെ ആഴത്തിൽ ഒളിപ്പിച്ച് നിശ്ശബ്ദമായ് അത് നിലകൊള്ളും. അതുപോലെ എന്റെ മുന്നിൽ സി.എം രാജൻ എന്ന എന്റെ സുഹൃത്തിന്റെ അതിലേറെ ഗുരുസ്ഥാനീയന്റെ കവിതകളാണ്. 'തുമ്പിയെക്കൊണ്ട് കല്ലെടുപ്പിക്കാമോ? അത് ശരിയോ?' എന്ന് നേരിട്ട് പലവട്ടം ചോദിച്ചു കഴിഞ്ഞു ഇതിനോടകം. അദ്ദേഹത്തിന്റെ എന്നിലുള്ള സ്നേഹത്തിൽ, വിശ്വാസത്തിൽ ഞാൻ മുന്നോട്ട് നീങ്ങുകയാണ്.

കാലം പഴയതല്ല. ആശയങ്ങൾ,സ്വപ്നങ്ങൾ ഒക്കെ കടുത്ത നിരീക്ഷണത്തിലാണ്. വെടിയുണ്ടകൾ കാത്തിരിക്കുകയാണ് അടുത്ത ഇരയിലേക്ക് തുളഞ്ഞ് കയറുവാൻ. ഈ സാഹചര്യത്തിൽ ഒരു കലാകാരനും ഈ വ്യവസ്ഥിതിക്കെതിരെ ശബ്ദമുയർത്താതിരിക്കാനാവില്ല. ഈ അവസ്ഥയിൽ രചിക്കപ്പെടേണ്ടത് പ്രണയം നുരയുന്ന, ലഹരി പതയുന്ന കവിതകളല്ല. ജനങ്ങളുടെ ഹൃദയത്തിലേക്കിറങ്ങി ചിന്തിക്കാൻ പ്രേരിപ്പിക്കുന്നവയാകണം അവ. നിസ്സഹായതയുടെ ചങ്ങലക്കെട്ട് പൊട്ടിച്ചെറിയാനുള്ള ആർജ്ജവം നൽകാൻ വരികൾക്ക് കഴിയണം. ഇവിടെ തീവ്രമായ പ്രതികരണമല്ലെങ്കിലും കൊള്ളേണ്ടിടത്ത് കൊള്ളിക്കാൻ കഴിയുന്നുണ്ട് കവിക്ക്. അല്പം കൂടി തീവ്രത അദ്ദേഹത്തിന്റെ കവിതകളിൽ ആകാം എന്നൊരു പക്ഷവുമുണ്ട്.

വെറുതേ വാക്കുകൾ വിന്യസിച്ചാലത് കവിതയാകില്ല.. ഇവിടെ ഓരോ കവിതയും ഒരോ ചിത്രം രചിക്കുന്നുണ്ട്. അവ ഓരോ വിഷയവും അനുവാചകനിലേക്ക് ലളിതമായി പകരുകയും ചെയ്യുന്നു.

'ചന്തേരക്കവിതകൾ' എന്ന് വിളിക്കുവാൻ ഞാനാഗ്രഹിക്കുന്ന ഒരു കൂട്ടം ചെറു കവിതകൾ. പറഞ്ഞു പറഞ്ഞ് അർത്ഥം പോലും നഷ്ടമായ പ്രണയകവിതകളുടെ ചെടുപ്പിക്കുന്ന ലോകത്തിലേയ്ക്കല്ല മറിച്ച് ജീവിതത്തിന്റെ (രാഷ്ട്രീയത്തിന്റെയും) പലവിധ ഗന്ധങ്ങളിലേക്ക്., നാനാനിറക്കാഴ്ചകളിലേക്കൊരു പെയ് ത്താണീ കവിതകൾ.

ആർക്കാണ് വേരുകൾ മുറിച്ചെറിയാൻ ധൈര്യം? അതില്ല. സാധ്യമല്ല എന്ന് നൂറുവട്ടം നാം സമ്മതിക്കും.എന്നിട്ടോ?

'വിദേശ വിനോദ സഞ്ചാരികൾക്കൊരു സ്വാഗതക്കുറി'യിൽ കാണുന്നതതാണ്. ഒന്നിൽനിന്നൊന്ന് വേറിടീക്കാനാകാതെ ആഴത്തിലോടിയ വേരുകൾ സ്വയം പറിച്ചെറിഞ്ഞിട്ടും, അത് തിരിച്ചറിയാതെ,വെറുതേ വേരുകളെക്കുറിച്ചൂറ്റം കൊള്ളുന്ന ആധുനികരായ നമ്മളെ പൊളിച്ചുകാട്ടുന്ന വരികൾ.

'റോഡുകൾ പാടവരമ്പുകൾ,വീടുകൾ വിളയുന്ന വയലുകൾ'

വികസനമെന്നാൽ റോഡുകളെന്ന കറുത്ത പെരുമ്പാമ്പുകളാളെന്നും വയലുകൾ 5 സെന്റുകളാക്കി വീടുകൾ നിർമ്മിക്കാനുള്ള ഇടമാണെന്നും നമുക്ക് ബോധ്യമുണ്ട്. അതുകൊണ്ട് സഞ്ചാരികളേ ഞങ്ങൾ വികസ്വരരല്ല മറിച്ച് വികസിതരാണെന്ന് നിങ്ങൾ മനസിലാക്കുക. പിന്നൊന്നു കൂടി, നിങ്ങളിപ്പോൾ നിൽക്കുന്നത് ഭരണ വർഗ്ഗത്തിന്റെ നോട്ടം, മുക്കിലും മൂലയിലും വരെ വീഴുന്ന ഒരു നാട്ടിലാണെന്നത് മറക്കരുത്. ഇവിടുത്തെ ഓരോ ദരിദ്ര നാരായണനും അവന്റെ ദാരിദ്ര്യത്തെ ആധാർ കൊണ്ട് ലിങ്ക് ചെയ്ത് ആത്മഹത്യ ചെയ്യാൻ ധൈര്യം നഷ്ടപ്പെട്ട് ജീവിക്കുന്നവനാണ്.. അവിടേക്ക് നിങ്ങൾ കടന്നു വരുമ്പോൾ നിശ്ചയമായും നിങ്ങളുടെ മതം ഏതെന്ന് വെളിപ്പെടുത്തുക. ഈ കവിത ഒരു തൃശ്ശൂലമാണ് അതിലെ വശങ്ങളിലെ കൂർത്ത മുനകൾ മതാന്ധതക്ക് നേരെ ആഴത്തിൽ കയറുമ്പോൾ നടുവിലേത് തലച്ചോറിലേക്ക് ആഴ്ന്ന് കയറി പുതിയൊരു കാഴ്ച (എല്ലാവരും ഭൂമിയുടെ സന്താനങ്ങളെന്ന്, സ്നേഹിക്കപ്പെടേണ്ടവരെന്ന സന്ദേശം) നൽകുന്നു.

ഇവിടെകവിതകൾ കാട്ടാറുപോലെ ശക്തമായി എന്നാൽ ചിതറിത്തെറിച്ച് പ്രവഹിക്കുകയാണ്. ഓരോ കവിതകളും ചാട്ടുളി പോലെ തുളഞ്ഞു കയറുന്നു.അതേസമയം അതിൽ ചിലത് 'ഹേയ്

കരയണ്ടാട്ടോ' എന്ന് പറഞ്ഞ് ചുമലിലിട്ട് താളം പിടിച്ചുറക്കുന്ന അമ്മയെപ്പോലെ...

'അമ്മ' അതാണ് കവിക്ക്. അവൻ വരാൻ കാത്തിരുന്ന്, അവൻ വേണ്ടി ഒരമ്മ. എല്ലാ അമ്മമാരും സ്നേഹമാണ്. അതല്ലാതാകാൻ ഒരമ്മക്കുമാകില്ല. ഇനിയുമൊന്ന്, ചന്തേര എന്ന് പേര്. അതൊരു സ്ഥലനാമമാണ്. അമ്മയുടെ പൊക്കിൾക്കൊടി ബന്ധം പോലെ മറ്റൊന്നുകൂടിയുണ്ടല്ലോ നമുക്ക് പിറന്നു വീണ മണ്ണിനോടുള്ള സ്നേഹം. 'ചന്തേര' വായിക്കുമ്പോൾ ഞാനുമൊരു പേരറിയാത്തീവണ്ടിയിൽ, പച്ചപ്പാടങ്ങൾക്കിടയിലൂടെ ഒഴുകി നീങ്ങി. ആകാശത്തപ്പോൾ വെൺ മേഘത്തുണ്ടുകൾ ചിതറിക്കിടന്നു. വായനയിലൊരു മോഹം മൊട്ടിട്ടു. ഒരു തുമ്പിയായ് ആ പാടത്തും വരമ്പത്തുമൊരു ജന്മം...

ഈ കവിതകൾ ഒരു ചുഴിയാണ്. ഒന്നിലൊന്നമരാനനുവദിക്കില്ലിത്. ഇപ്പോഴിതാ ഇവ കൊണ്ടു പോകുന്നത് അവനരികിലേക്കാണ്. വിവാഹം കഴിക്കാനാകില്ലെന്ന് വിലപിക്കുന്ന യുവാവിനടുത്തേക്ക്. ശരിയല്ലേ അവന്റെ ചോദ്യങ്ങൾ? കുതിച്ചുയരുന്ന ജീവിതച്ചിലവിനിടയിൽ ആമയെപ്പോലരിച്ചു ഉയരുന്ന ശമ്പളത്തിൽ അവൾ കൂടി വന്നാൽ ജീവിതം കീഴ്മേൽ മറിയുമെന്ന യുവാവിന്റെ ആശങ്ക സത്യമല്ലേ? നാട്ടു കൂട്ടതൽ സൈബർ ഫ്രണ്ട് ലി ആകട്ടെ നമുക്ക് നമ്മുടെ യുവാക്കൾക്ക് നൽകാൻ സൈബർ സെക്സ് എന്ന വിർച്ചൽ സെക്സ് ധാരാളമുണ്ട്. വില മെച്ചം.. ഗുണം... (ജനസംഖ്യാനിയന്ത്രണം).

ഇടയിലെവിടെയോ 'പക്ഷി വിചാരം', പറവയെന്ന പക്ഷിയെന്ന ഖഗത്തെക്കുറിച്ച്...

ഇടക്ക് കാലനുമായി സംവദിച്ച് മരിക്കാനാകാതെ ഇളിഭ്യനായ നചികേതസ് നൽകുന്ന മിശ്ര ചിന്ത...

ഒടുവിലെവിടെയോ കാറ്റുകടിക്കുന്ന, പുതപ്പ് കടിക്കുന്ന ഒടുവിൽ നഷ്ടമാകുന്ന ഉറക്കത്തിൽ രൂപപ്പെടുന്ന വിപ്ലവകാരിയെക്കുറിച്ച്.. ഒരു ദുഃഖം.. സ്വകാര്യ ദുഃഖം.. എനിക്ക്.. വിപ്ലവകാരികൾ അന്യം നിന്നുപോയ ഒരു വർഗ്ഗമല്ലേ എന്ന്. ഇടയിലെവിടെയോ നെല്ലു കുത്തിയാലത് കൊലച്ചോറാകുമെന്ന് സാക്ഷ്യം പറയുന്ന വിദർഭയിലെ കർഷകർ.

കവിയുടെ ഭാഷയിൽ തന്നെ പറയട്ടെ,

പൂവ് പൂവായ് വിരിയുമ്പോലെപുഴ പുഴ പോലൊഴുകുമ്പോലെപുഴു പുഴുവായിഴയും പോലെനമ്മുടെ ഉള്ളൊന്ന് തൊട്ട്, പിന്നെ കശക്കി, സ്നേഹത്താലൊന്നാശ്ലേഷിച്ച്

സ്നേഹത്തിൽനിന്നതിർന്ന് സ്നേഹത്താലെതിരേറ്റ്

ഒരു കൂട്ടം കവിതകൾ...

ഇനിയുമിനിയും കവിതകൾ പിറക്കട്ടെയാ തൂലികയിൽ നിന്ന്. നിറഞ്ഞ സ്നേഹത്തോടെ, അതിലേറെ ആദരവോടെ

ചന്തേര

ഉവ്വ്,
ഞാൻ ആ പേരോർക്കുന്നു...
ചന്തേര.

ഒരുച്ചച്ചൂടിൽ തീവണ്ടി (ഒരു എക്സ്പ്രസ്സ് വണ്ടി)
അവിടെ ഓർമ്മ പിഴച്ചു നിന്നു...
ഒരു മാർച്ചുമാസദിവസപ്പാതി കഴിഞ്ഞ്.

ആവി പറക്കുന്നുണ്ടായിരുന്നു.

ആരോ മുരടനക്കുകയുണ്ടായി.
ആരും ഇറങ്ങിയില്ല, കയറിയില്ല.
ആളൊഴിഞ്ഞ പ്ലാറ്റ്ഫോറത്തിൽ ആരും വന്നുമില്ല.

ഞാൻ കണ്ടതത്രയും മാത്രം...
മഞ്ഞമരപ്പലകയിലെ കറുകറുത്ത പേര്...
ചന്തേര.

പിന്നെ, നെൽച്ചെടികൾ, പുൽച്ചെടികൾ,
പച്ചയായും ഉണങ്ങിയും നിന്ന മരങ്ങൾ...
മേലെ ആകാശത്തിലെ വെൺമേഘക്കീറുകളേക്കാൾ
നിശ്ചലം, ഏകാന്തസുന്ദരം.

ആ നിമിഷം അരികെ ഒരു കിളി പാടി...
ചന്തേര...ചന്തേര...

അവൾക്കു ചുറ്റും,
വെയിലാവിയിൽ ദൂരെ ദൂരെയും,
മറ്റു കിളികളും അതേറ്റു പാടി...
ചന്തേര...

(ഒരു സ്വാഗതക്കുറി... വാചാലമായി)
വിദേശ വിനോദസഞ്ചാരികൾക്ക്

സഞ്ചാരികളുടെ പറുദീസയായ
ഈ ഭാർഗ്ഗവീക്ഷേത്രമെന്ന ഭാർഗ്ഗവീനിലയത്തിലേക്കു
തലയ്ക്കകത്തും പുറത്തും കേവലം കരിഞ്ചായം മാത്രമുള്ള
ഒരു നവമലയാളിയുടെ സ്വാഗതം!

മതം, മദ്യം, ജാതി, ഭോഗവ്യാധി
ഇത്യാദികളാലാഭ്രൂഷിതമാമെൻ
കേരകേളീസദനമെന്നു ശ്രീകുമാരൻതമ്പിയങ്ങുന്ന് വാഴ്ത്തിയ
ഉന്മത്തകേരളത്തിലേക്ക് സുസ്വാഗതം!
(കേരവും, കോരനും, കുമ്പിളും, കഞ്ഞിയുമൊന്നുമിപ്പോഴില്ല;
ഉണ്ട്, മാർബിളും, ലഹരിയും, റ്റെലവിഷൻ വെടിക്കെട്ടുകളും,
നേരമ്പോക്കും.)

വരൂ.
മാറും മോറും മറച്ചാലും
പെണ്ണിനു മാനമായ് വഴി നടക്കാനാവാത്ത
സാക്ഷരരാക്ഷസകേരളം
വന്നു കണ്ട് കണ്ണു മഞ്ഞളാക്കൂ.

മുക്കിനു മുക്കിനു ദൈവപ്പുരകൾ
പാർട്ടിക്കൊടികൾ, പട്ടക്കടകൾ,
കഥയില്ലാക്കളി കഥകളി
നിറവും മണവും കെട്ട തെയ്യക്കളി.
ബലാൽക്കാരസുഖമരുളും ബീച്ചുകൾ
അഭിഗമനസ്ഥലികൾ.
റോഡാകുന്ന പാടവരമ്പുകൾ
വീടുകൾ വിളയുന്ന വയലുകൾ
അവയിൽ റ്റെലിവിഷം തലക്കു പിടിച്ച്
കപടകാലത്തിന്റെ കൊടിയടയാളമായ
'റിയാലിറ്റി'ക്കളികളിൽ കണ്ണും കരളും നട്ട്

സർറിയൽ ചിത്രങ്ങളായി മാറിയ മധ്യവർഗ്ഗജന്തുജന്മങ്ങൾ.
ഏതോ അരുവിപ്പുറത്തൊരു പാറപ്പുറത്ത്
അവനവനെ തിരിച്ചറിയാൻ ഒരു ദർപ്പണം നാട്ടിയ
നാരായണനു ശേഷവും നരനോ നാരിയോ ആകാതെ
നായരും പറയനും നമ്പൂരിയും സുന്നിയും സുറിയാനിയുമായി
നായും നരിയും കളിച്ച്
തറവാട്ടു തോണ്ടി നീന്തൽക്കുളമാക്കി
കള്ളും കരിമീനും കള്ളിച്ചെല്ലമ്മയുമായി വാഴുന്ന
ജന്തുജന്മങ്ങളുടെ ഭ്രാന്തസ്വർഗ്ഗത്തിലേക്കു സ്വാഗതം!

വിനോദത്തിനായി ഈ വഴിയിലേക്ക് കാലൂന്നുംമുമ്പൊരു കാര്യം:
ആളായാലും മാടായാലും ആധാർ വേണം.
അപേക്ഷാഫാറത്തിൽ മതം വേണം.
മനുഷ്യനേതായാലും മതമുണ്ടായാൽ മതിയെന്നാണ്
കലികാലകേരളകേസരികളുടെ മതം.
മതമില്ലാത്ത ജീവനേക്കാൾ ജീവനില്ലാത്ത മതം അഭികാമ്യം!

(സഞ്ചാരിയുടെ മൂക്കു പറഞ്ഞത്)

ഗന്ധവിചാരം

കാണാനും കേൾക്കാനുമുള്ള കഴിവു കെട്ടപ്പോൾ
ബാക്കിയാതീ ഗന്ധം

ഗന്ധകത്തിന്റേതല്ല
ഗന്ധർവ്വന്മാരുടേതുമല്ല
കമിതാവിന്റെയല്ല
കമുകിൻപൂക്കുലയുടേതുമല്ല
കരിമരുന്നിന്റേയല്ല, കരിവീരന്മാരുടേതുമല്ല
വേലയിലൊഴുകും വിയർപ്പിന്റേയല്ല
വേദനയിലുതിരും ചോരയുടേതുമല്ല

ഗതിയില്ലാ പ്രേതത്തെപ്പോലെ
അതിരും വകതിരുവുമില്ലാത്ത കാറ്റിനെപ്പോലെ
അനവസരത്തിലലോസരമായോരരസികഗന്ധം

വിളയില്ലാത്ത വയലുകളിൽനിന്ന്
വയലില്ലാ പുഴക്കരകളിൽനിന്ന്
പുഴപൂഴിയായ ഗ്രാമങ്ങളിൽനിന്ന്

കരളുണ്ടായിട്ടും കരയാത്തവരുടെ ഗന്ധം
നേരുകണ്ടാൽ ഈഡിപ്പസിനെപ്പോലെ കണ്ണു പോകുമെന്ന്
പേടിച്ച്
കണ്ടാലും കൊള്ളാത്തവരുടെ ഗന്ധം
കേട്ടാലും കണ്ടില്ലെന്ന് നടിക്കുന്ന കുരുപിതാവിന്റെ ഗന്ധം

സ്വർണ്ണത്തിനു സുഗന്ധവും
സ്വർഗ്ഗത്തിനു ചെഞ്ചായവുമടിക്കുന്നവന്റെ ഗന്ധം
കർഷകനു സ്വപ്നം വിതക്കാൻ കൊടുത്ത്
കനകം കൊയ്യുന്ന കോർപ്പറേറ്റുകളുടെ ഗന്ധം
ദേഹത്തിൽ തുടങ്ങി ദേഹത്തിൽത്തന്നെ തീരുന്ന

ധവളകോമളജന്മങ്ങളുടെ ഗോളാന്തര ഗന്ധം
ചത്തവന്റെ ചെവിയിലേക്ക് കോശഭാഷിണി വഴി
മുത്തമെത്തിക്കുന്ന പരദേശവാസിയുടെ ഗന്ധം
പണമുണ്ടായിട്ടും പിണമായിരിക്കുന്നവന്റെ മണം
ഓടയിൽനിന്നല്ല ഓടയിൽത്തന്നെ മുക്തിയെന്നറിഞ്ഞ്
ഓട വീടാക്കിയവർക്ക് വീര്യമേകുന്ന ഗന്ധം

മുമ്പ്
നിളയിലൊരു നീലനിലാവുപോലെ
മന്ദസമീരനിൽ ഈ ഗന്ധം ഒഴുകിയൊഴുകി നടന്നിരുന്നു
അന്ന്
മരിച്ചാലും പുഴക്കര വിടാത്ത കവിമനസ്സുകൾ
ആ ഗന്ധത്തിൽക്കുതിർന്ന്
ഉൾക്കാഴ്ചകളെ ശപിച്ചുകൊണ്ട്
മോക്ഷമറ്റ നരകത്തിലേക്ക് ഉൾവലിഞ്ഞിരിക്കണം

ഇന്ന്
നീരറ്റ നിളയുംവിട്ട് ഈ ഗന്ധം നാടാകെ...

(സർവെയ് ലൻസിന്റെ കാലമേ... കലികാലമേ)

ഭയചകിതം

മുട്ടേണ്ട, വാതിൽ തുറക്കില്ല
മുട്ടുന്നതാരെന്നറിയാതെ.

പേപിടിച്ചോടുന്ന കാറ്റോ,
പിശാചോ,
പാതകം ചെയ്യാനൊരുങ്ങിപ്പുറപ്പെട്ട
കൂലിക്കെട്ടത്ത കൊലയാളിനായ്ക്കളോ,
പാത പിഴച്ചൊരു പാന്ഥനോ,
യാച്ചകപ്പരിഷയോ,
ചോരനോ,
ചോരനെത്തേടിയിറങ്ങിയ പോലിസുകാരനോ,
പക്കത്തെവീട്ടിലെപ്പാർട്ടിയോ,
വീതം പിരിക്കാനിറങ്ങിയ കടക്കാർഡു ബ്രോക്കറോ?

ജോലിയും ജാതിയും നാളും മുഹൂർത്തവും
യോജിച്ചുവന്നാൽ കഴിക്കാം വിവാഹമെ-
ന്നൌദാര്യപൂർവ്വം മൊഴിഞ്ഞവൻ
കാമുകൻ തെണ്ടിയോ?

ആൺകോയ്മതന്നഹങ്കാരം സഹിക്കാതെ
ആത്മാഹൂതിചെയ്ത ലെസ്ബിയൻ മിത്രമോ?
കാവിയിൽ കാമമൊളിപ്പിച്ച സ്വാമിയോ?
ആരാണു മുട്ടുന്നു വാതിലിൽ?

കാലം കട്ടുംകലികാലം;
കണ്ണിൽപ്പെടുന്നതും, കാലിൽത്തൊടുന്നതും
കാതിൽ വീഴുന്നതുമെല്ലാം
അപായം,
ഭയാവഹം.

കൊട്ടിയടച്ചതാം വാതിലിനിപ്പുറം
മുട്ടുമാരെങ്കിലുമെന്ന ഭയപ്പാടിൽ
മുട്ടുവിറച്ചിരിക്കുന്നു ഞാൻ, ഏകാകി...

മുട്ടേണ്ട, വാതിൽ തുറക്കില്ല
മുട്ടുന്നതാരെന്നറിഞ്ഞുവെന്നാകിലും.

(വർത്തമാനപത്രം പറഞ്ഞത്)

വൃത്താന്ത വിശേഷം

അതിരാവിലെ കാപ്പികളെല്ലാം കുടിച്ച് പത്രങ്ങളെല്ലാമെടുത്ത്
നട്ടുനിവർത്തി നോക്കുമ്പോൾ കാണുന്ന കാഴ്ചകളെന്തര്!
എവിടെത്തിരഞ്ഞൊന്നു വായിച്ചാലും കിടുകിടിലൻ വാർത്തകൾ!
കണ്ണുതള്ളിയിരിക്കാൻ ബഹുരസം
പെൺപണത്തിന്റെ ബാക്കികിട്ടാത്തതിന് വരനൊരുത്തൻ
വധുവിന്റെ മൂക്കും മുലയും ചെത്തി
അവളെയവളുടെ അച്ഛന്റെ ലങ്കയിലേക്ക് തിരിച്ചയച്ചത്രേ
ചൊല്ലിയാലറിയാത്തവൾ പൊള്ളുമ്പോഴെങ്കിലും പഠിക്കട്ടെ
നട്ടെല്ലില്ലാത്ത നാവുള്ള നാട്ടുമക്കൾ പറഞ്ഞതു കേട്ട്
പുല്ലു വില്ലാക്കുന്ന വല്ലഭനവന്റെ പെണ്ണിനെ
തീയിൽ ചാടിച്ചത്രേ
സതിയാകാതെ ആ ശീലാവതി സീതയായ് തിരുമ്പി വന്നാൾ!
തീതിന്നുന്നത് തങ്ങൾക്ക് പുത്തരിയോ തിരുവോണമോ അല്ലെന്ന്
ആ മക്കൾ പുച്ഛിച്ചത്രേ
പുല്ലും വില്ലാക്കുന്ന വല്ലഭായ് പട്ടേലേ
താനൊക്കെ വെറും പുല്ല്!
ഞങ്ങൾക്ക് പല്ലും നഖവുമായുധം
ഫീസടക്കാതെ പഠിക്കാനൊരുമ്പെട്ട
ഒരു ദളിതവിരുതന്റെ പെരുവിരൽ
സാറാമ്മ സാറു തറിച്ചു കളഞ്ഞത്രേ
ഇനി ഇവനൊക്കെ പഠിച്ച് കെ. ആർ. നാരായണനായിട്ടു വേണം
ഭാരതം ഭരിക്കാൻ!
അഞ്ചാളുകളുടെ കൂടെ ഒന്നിച്ചു പൊറുക്കുന്നുവെന്നു പറഞ്ഞ്
മന്ത്രികളിലൊരു പുംഗവൻ നാൽക്കവലയിൽവെച്ച്
പെണ്ണൊരുത്തിയുടെ ഉടുമുണ്ടുരിഞ്ഞത്രേ
കണ്ടുനിന്ന മാന്യമക്കളിലൊരുത്തനും
ഒരു ചൂണ്ടുവിരൽ പോയിട്ട് ചെറുവിരൽ പോലുമനക്കിയില്ലത്രേ
നാടൊട്ടുക്ക് സദ്യ വിളിച്ചിട്ട്
തന്നെമാത്രം വിളിക്കാത്തതിന് ഒരു പെൺകൊടി
തന്തവീട്ടിൽപ്പോയി മാറുംമോറും തല്ലി സതിയായിപോൽ

അതറിഞ്ഞവളുടെ കണവൻ
അമ്മായിയപ്പനെയടിച്ച് അജപരുവമാക്കിപോൽ
അങ്ങാടിക്കണക്കറിയാതെ
പുല്ലുകളു തിന്നും വെള്ളങ്ങളു കുടിച്ചും
ആട് മാടായി അലയുന്നു പോൽ
അമ്മാമനെങ്കിലും അഹങ്കാരമേറിയാൽ
തല്ലിത്തലപൊളിക്കണമെന്ന് പറഞ്ഞൊരു മരുമക്കൾ
പുരയിൽ കയറി മാമനെ അടിച്ചു കൊന്നത്രേ
കോട്ടയത്തും കോഴിക്കോട്ടും മക്കളൊരും
ഐസ്ക്രീം കഴിക്കുന്നില്ല പോലും
പ്രത്യേകിച്ച് പെണ്മക്കൾ
പെറ്റുവീഴുന്ന മക്കൾക്കാരുമിപ്പോൾ
കുഞ്ഞാലിയെന്നോ ജോസഫെന്നോ പേരിടുന്നില്ലത്രേ
ഞാൻ കുഞ്ഞാലിയല്ല മരയ്ക്കാർ മാത്രമാണെന്ന്
കുഞ്ഞാലിമരക്കാരും ഗാമയോടു കരഞ്ഞത്രേ
താനൊരു കമ്മ്യൂണിസ്റ്റല്ലടോ
എന്നാരോ ഒരു സഖാവിനോടു ചോദിച്ചപ്പോൾ
താനേതു കോത്താഴത്തുകാരനാടോ,
ഞാനൊരു നവലിബറൽ ഷെഗുവേരയാണെന്ന്
മറുപടി മൊഴിഞ്ഞത്രേ
വൃത്താന്തങ്ങൾ ഇനിയുമുണ്ട്
അതു പ്രാതലിനാകാം
തിന്നുമ്പോൾ കടിക്കാനെന്തെങ്കിലും വേണ്ടേ?

(ഒരു ആഗോളവത്കൃതന്റെ)
വിവാഹവിചാരം

വേണ്ടാ എനിക്കൊരു വിവാഹം
മാസം പ്രതി നഗരകാന്താരങ്ങൾ മാറി തൊഴിലാളുന്നവന്
അതൊരു അകല്യാണം

രാമൻ കാട്ടിലെങ്കിൽ
സീത രാവണൻ കോട്ടയിൽ
രാമൻ വീട്ടിലെങ്കിൽ
കൊട്ടംകാട്ടിലാകും സീത
വേണ്ടാ ഇവനൊരു വിവാഹം

ഉവ്വ്, ശരിയാണ്;
കൃഷ്ണനങ്ങു പട്ടണക്കാട്ടിലെങ്കിലും
ഗോകുലത്തിലാണു രാധയെങ്കിലും
വീഡിയോ സംഗമങ്ങളാകാം
കോശഭാഷിണിവഴി കുറുക്കെഴുത്തുകുത്തുകളാകാം
ഇൻറ്റർനെറ്റിലൂടെ ചാറ്റാം
ചാറ്റിങ് ഇണകളാകാം
ചാറ്റിച്ചാറ്റി ചാറ്റർജിമാരുമാകാം
റ്റെലിപ്പതി വഴങ്ങും കണ്ണനു രാധയുമായ്
റ്റെലിസെക്സുമാകാം നേരം പോകാൻ

എങ്കിലും രാമനെന്നപോലെ കൃഷ്ണന്
സീതയാകില്ലല്ലോ രാധ;
വെറും മായാസീത മാത്രമല്ലോ രാധ
വേണ്ടെനിക്കൊരു വിവാഹം

എങ്കിലും ഒരു ഭാര്യ?
വേണ്ട; ദൂരെനിന്നു ഭരിച്ചു ഭരിച്ചു
ഒരു വലിയ ഭർത്താവാകാൻ ബഹു പ്രയാസം

ഒരു സഹധർമ്മിണി?
ധർമ്മബന്ധമില്ലാത്ത കർമ്മം കയ്യാളുന്നവന്
ആരെങ്ങിനെ സഹധർമ്മിണിയാകും
അവൾ അധർമ്മിണിയാകും

നഗരനഗരാന്തരം തൊഴിലാളുമിവന്
വേണ്ടതൊരു സഹശായിനി
സഹധർമ്മിണി നഹി
ഉപഭോഗാനന്ദത്തിൽ ഉലകാകെ മൂർച്ഛിക്കുമ്പോൾ
രതിഭോഗവ്യവസ്ഥയ്ക്കൊരുപഭോക്ത

(അമേരിക്കയുമായി മൻമോഹൻസിംഗ് സർക്കാർ ആണവക്കരാറിൽ ഒപ്പിടുന്നതിനു തൊട്ടു മുമ്പ്)

പ്രതിരോധവിചാരം

ലോകം മൂന്നും എന്റെ തലയും
നിന്റെ കാലടിയിലെങ്കിലും
ആണവനിർവ്വാണത്തിലേക്ക് ഞാൻ മൂർച്ഛിക്കും മുമ്പ്
ചെറ്റൊന്നു ചെറുത്തു നിൽക്കട്ടെ
അണ്ണാറക്കണ്ണനും തന്നാലായതെന്നപോൽ

നിന്റെ കുപ്പിനീരിനും കുപ്പിക്കോളകൾക്കുമെതിരെ
എന്റെ ഇളനീരിന്റെ സുതാര്യപ്രതിരോധം
സുശീലം
ഷാമ്പെയിനും ഏയ്സ്സിനുമെതിരെ കള്ളും വീഞ്ഞും
ബർഗറിനും പിത് സക്കും പകരം ഉപ്പുമാവും ഉപ്പിലിട്ടതും

നീ
ഷ്വാർസനഗറിന്റെ മെഷീൻ തോക്കും സ്റ്റീൽക്കത്തിയുമായ്
വരുമ്പോൾ
പ്രേംനസീറിന്റെ പാട്ടും പുഞ്ചിരിയും
നീ ഹോളിയുടെ വുഡെങ്കിൽ
തേക്കുമരക്കാട്ടു ഞാൻ
നീ ഹാരിപ്പോർട്ടറെങ്കിൽ ഞാൻ കട്ടുംകുട്ടിച്ചാത്തൻ

പേമാരിയായ് നീ വന്നാൽ
ഗോവർദ്ധനമേരു ഞാൻ
മഹാമാരി നീയെങ്കിൽ മൃതസഞ്ജീവനി ഞാൻ
മാംസഭക്ഷകൻ നീയെങ്കിൽ ഞാൻ മൃഗപാലകൻ
ഊർജ്ജഭക്ഷകനെതിരെ ഊർജ്ജസേവകൻ

വർണ്ണശബളമാം നിന്റെ ആടയാഭരണങ്ങൾക്കെതിരെ
നൂൽബന്ധമില്ലാത്ത എന്റെ നഗ്നത
വിത്തത്തിൽ കൊതിമൂത്ത് ഉന്മത്തനായ നിനക്കെതിരെ

വിദ്യവെളുപ്പിച്ച എന്റെ മുടി
കനകവും കാമിനിയും കാട്ടി മനുഷ്യരെ നീ പാട്ടിലാക്കുമ്പോൾ
കളവും കാപട്യവും കെണിയും മോഷണവുമെന്തെന്ന്
പാടുവോൻ ഞാൻ

വില്ലായ് നീ വളയുമ്പോൾ
വീണയായ് മുഴങ്ങുന്നവൻ ഞാൻ
കരിമേഘമായ് നീ മൂടുമ്പോൾ
ഇടിമിന്നലായിക്കീറും
വെട്ടാൻ വരുന്ന പോത്ത് നീയെങ്കിൽ
ഞാൻ നിന്റെ കാതിൽ വീഴേണ്ട വേദം

നിനക്ക് ആറ്റത്തിന്റെ ശക്തിയെങ്കിൽ
എനിക്ക് ആത്മന്റെ ശക്തി
(എന്റെ അയ്യപ്പപ്പണിക്കരെങ്ങുന്നേ!)
നീ മരണവുമായടുക്കുമ്പോൾ
ഞാൻ പുനർജന്മം കൊണ്ടു തടുക്കും
നീ 'വാടാ' എന്നെങ്കിൽ ഞാൻ 'പോടാ' എന്നു തന്നെ

നിന്റെ ഉപരോധത്തിന് എന്റെ എളിയ
പ്രതിരോധം

(ഉറിയോട്)

ഉള്ളതു പറഞ്ഞാൽ

ജാതകത്തിൽ രാജയോഗമായിരുന്നു;
ജീവിതത്തിൽ യാചകൻ.

ജീവിതം ജാതകമല്ല എന്നറിഞ്ഞപ്പോഴേക്കും
ജീവിതം തീർന്നു പോയിരുന്നു.
ജാതകം കടലിൽ ഒഴുക്കിക്കഴിഞ്ഞിരുന്നു .

ഇനി കുറിക്കാം
ചത്തവനു ജാതകം.
പരാതി ഉണ്ടാവില്ല.

എവിടെയോ ഒരു ഉറി ചിരിക്കുന്നുവോ?

(വെറുമൊരു)
സ്വപ്നം

അവൻ മർത്ത്യ പുത്രൻ
ഹരിത സ്വർഗ്ഗത്തിന് പ്രകാശത്തില് നിന്നും
ദുരിതം നാറുമീ മരുഭൂവിലേക്കു
പുതുമഴയുടെ കുളിർമ്മയും
വേനല് പ്രഭയുമായ് വരും

അപ്പോഴിവിടമൊക്കെയും വിജന,മേകാന്തം.
ഇരുട്ടിന്റെ മഹാരണ്യം
ഏഴാം മുദ്ര പൊളിച്ചപ്പോൾ പൊട്ടിപുറപ്പെട്ട മൌനം
കനത്തുനില്ക്കുന്ന കരാളകാനനം.
മനുഷ്യരെ മണ്ണും വിഹായസ്സും കൂടി
ശപിച്ചതിന്നോർമ്മയുണർത്തും ശൂന്യത

ഒരുനൊടിയിടനടുങ്ങിനിന്നവന്
ഉടനെയിങ്ങിനെ കരുണയോടോർക്കും.
"ഇവിടമിങ്ങിനെയിരുട്ടെങ്കില്പ്പിന്നെ
യെനിക്കായെന്തിനീയിരുമിഴിപ്പൂക്കൾ ?
നിലവിളിച്ചൊന്നു സമാശ്വസിക്കാനായ്
രസനയില്ലാതെന് വസുന്ധര പാവം
പിടയവെ യെന്തിന്നെനിക്കീ നാക്കിനി ?
ഇരമ്പും മൌനത്തിന്നലയേല്ക്കാനിമാത്ര
മെനിക്കായെന്തിനീ നശിച്ച കാതുകൾ ?"

കരുണയോലുന്ന കരങ്ങളാല് തന്റെ
മിഴിവിളക്കവൻ വസുന്ധരയ്ക്കേകും.
അമൃതലിപ്തമാം രസനയും നല്കും.
ഹരിതസാന്ദ്രമാം ഹൃദയവും നല്കും.
അതാണു മുക്തിയെന്നറിഞ്ഞവൻ പോകും
തിരിച്ചു വിണ്ണിലേക്കതീവതൃപ്തനായ്

(വരവിനു)
ശേഷം

വന്നതു വേനലിലായിരുന്നു

വന്നപ്പോൾ വേനൽ വർഷമായി
കുളിരായി
ആഹ്ലാദമായി

ത്രസിക്കും തണുപ്പിന്റെ കൂടാരത്തിൽ
തനിച്ചു രണ്ടുപേർ
മൌനത്തിന്റെ മധുരമുണ്ണുന്നു.

പുറംലോകത്തപ്പോഴും
കൊലവിളിയും നിലവിളിയും തന്നെ
വെറിയുടെ നെറികേടു തന്നെ
മദമാത്സര്യങ്ങളുടെ ഉത്സവവും

ഇവിടെയീ ആരുംകാണാക്കൂടാരത്തിൽ
എല്ലാം ശാന്തം, മധുരം, ദീപ്തം.

ക്രിസ്തുവിചാരം

പ്പനൗസേപ്പൊരു മരപ്പണിക്കാരൻ .
അമ്മച്ചി മേരി ഒരു കുഞ്ഞാട്ടും .
മറ്റു കുഞ്ഞാട്ടുകൾക്ക് പിന്നീട് ഞാൻ ഇടയനായത്
അമ്മച്ചി അജജന്മമായതിനാലാവാം .

*

ദേഹിയിൽ ദരിദ്രയെങ്കിലും
ദേഹത്തിൽ മറിയാമ്മ സമ്പന്നയായി .
കന്യയായിരിക്കെ ദേവഗർഭയായി .

*

അപ്പനല്ല അപ്പനെന്നു അപ്പനാദ്യം പറഞ്ഞപ്പോൾ
വീഞ്ഞു കുത്തിയതായിരിക്കുമെന്നു കരുതി.
അപ്പനപ്പൂപ്പന്മാർക്കും അപ്പനായവനാണപ്പനെന്നറിവായപ്പോൾ
അവനായി പിന്നെ ജീവന്റെ അപ്പവും വീഞ്ഞും.
അമ്മ ഒന്നാണെങ്കിലും അപ്പനാർക്കും രണ്ടാകാമെന്നുമറിവായി.
രണ്ടായവരെ ഒന്നായിക്കാണാനുമായി.

*

ഒന്നേയുള്ളുവെങ്കിലും ഉലക്കക്കിടിച്ചു വളർത്തണമെന്ന പഴഞ്ചൊല്ല്
അപ്പനു പതിരായിരുന്നു .
ക്രൂരയും പണിപ്പുരയും നിറഞ്ഞു ഞാൻ
തെരുവിലേക്കും ദേവാലയത്തിലേക്കും വളർന്നു .
ഉളികൊണ്ടു ചെത്തിയും, മുട്ടികൊണ്ടു മേടിയും
അപ്പൻ മരങ്ങളെ മെരുക്കിയപ്പോൾ
കഥയും കടങ്കഥയും പറഞ്ഞു ഞാൻ
മർത്ത്യരെ മെരുക്കി.
അപ്പൻ മരങ്ങളെ ചിന്തേരിട്ടുമിനുക്കി ചെന്താമാരകളാക്കി .
(വിഷ്ണു നാരായണൻ നമ്പൂതിരി സാറിനു സ്തുതി)
ഇരിക്കാൻ കസേരകളും,
ഇരുന്നുണ്ണാൻ പലകകളും മേശകളും പണിഞ്ഞപ്പോൾ,

കിടന്നുറങ്ങാൻ കട്ടിലുകൾ കൂട്ടിയപ്പോൾ,
മനുഷ്യപുത്രർക്കു തലചായ്ക്കാൻ കൂരകൾ കെട്ടിപ്പൊക്കിയപ്പോൾ
രോഗികൾക്കും തെണ്ടികൾക്കും വേശ്യകൾക്കുമിടയിൽ
എന്റെ മാംസവും രക്തവുമായിത്തീർന്ന
വചനത്തിന്റെ അപ്പവും
മൌനത്തിന്റെ വീഞ്ഞും ഞാൻ പങ്കുവെച്ചു .

*

വാളുകൊണ്ടു വാഴുന്നവൻ വാളാൽ വീഴുമെന്നതുപോലെ
വാക്കിന്റെ കാറ്റുവിതച്ച ഞാൻ
വൈരികളിൽ കൊടുങ്കാറ്റുയർത്തി .
വിവരദോഷികളുടെ വാക്കുകൾക്കു മുമ്പിൽ
മൌനത്തിന്റെ മരക്കുരിശ്ശായി .

*

മരിക്കുന്നതു മരക്കുരിശിലായാലും,
മരുഭൂമിയിലായാലുമെന്ത് !
മരുഭൂവിൽ വനരോദനം ചെയ്യുവനെന്നോടു പറഞ്ഞല്ലോ :
വിത്തു മരിച്ചാലല്ലേ വിളയായ് വളരൂ!
ദേഹമഴിഞ്ഞാലല്ലേ ദേഹിക്കുയരാനാകൂ
യേശു മരിച്ചാലല്ലേ ഈശോയ്ക്കുയിർക്കാനാകൂ!

(തൃശ്ശിവപേരൂരിലെയല്ല, ചന്ദേരയിലെ)
പൂരം

പൂരം
പൂവിട്ടു മുറ്റത്തു ചെമ്പകം
പകലും നിലാവിന്റെ ചിരിയും സുഗന്ധവും

ഇതു പൂനിലാവ്
അശരീരിയായ്ത്തീർന്ന കാമന്റെയോർമ്മകളിൽ
രതിനീറിനിൽക്കും നിലാവ്

അവിടെയുമിവിടെയും പരിമളം
മഞ്ഞിന്റെ കുളിർചിരിയുമായ്
മാമ്പൂക്കളെവിടെയും
അതിമൃദലമൊരു പവനനെന്റെയീത്തനുവിതിൽ
വിരലുകളോടിച്ചു നിൽക്കുന്നു ലീലയാ

തീയുള്ളിലെരിയുന്ന കടലു ഞാനോമലേ
ഇടവങ്ങളെത്രയോ പെയ്തുപോയിതിനുമേൽ
ഇനിയുമൊട്ടുങ്ങിയില്ലാർത്തിയിതിനൊട്ടുമേ

അയുക്തികമയുക്തികമീയാർത്തി
പകലിനു നിലാവിനെ പ്രാപിക്കുവാനാകാ
കടലിനാകാശത്തെ, സൂര്യനു നളിനത്തെ
പിന്നെന്നിലെന്തിനീയാർത്തി പെരുകുന്നു

കണ്ണിലെപ്പൂലരിയും കവിളിലെ പ്രസാദവും
കരളിലെക്കവിതയുമശിപ്പവൻ
സർവ്വവുമശിക്കുമീയാർത്തി.
അരികിലേതോ മരക്കൊമ്പിലൊരു രമണൻ
മധുരമധുരമായ് കുഴലൂതുന്നു
ചുവടെയൊരു ചന്ദ്രിക ചുവടു വെക്കുന്നു

രമണ,
ചന്ദ്രികാരമണ മത്സഖേ
ഹൃദ്രമം നിന്റെ കുഴൽ വിളി
ഒരത്ഭുതം നിന്റെ മുരളിക
ഭ്രാന്തമാനസം ഗാനരൂപിയായ്
ഊർന്നിറങ്ങിട്ടും മുരളിക
രാധ മോഹിച്ച മുരളിക
നിന്റെ ജീവന്റെ രൂപകം
സ്വപ്നഭ്രമി തൻ കേന്ദ്രകം

എനിക്കീ പൂരമിന്നൊരു രൂപകം
എന്റെ ദാഹരൂക്ഷതയ് ക്കൊരാസ്പദം

(പാടാൻ പെട്ടും)

പാട്

നീയെന്ന ലഹരിയില്ലാതെ
ഞാനെങ്ങിനെ പാടാൻ!

വേദത്തിന്റെ മദം
പ്രേമത്തിന്റെ നെയ്യിലലിയാതെ
ഗാനത്തിന്റെ തിരിയെങ്ങിനെ തെളിയും!

പ്രേമത്തിന്റെ ആന്ധ്യമില്ലാതെ
ഉന്മാദത്തിലേ ഉദയമില്ലല്ലോ!

ഉന്മാദമില്ലാതെ ഉദ്ഗാനം ചെയ്വതെങ്ങിനെ!

ജ്ഞാനം ശാപമാകുന്നു.
ഗാനമേഘത്തെ പെയ്യാൻ വിടാത്ത
അഹങ്കാരത്തിന്റെ വരൾകാറ്റ്.

തരൂ
ഉന്മാദത്തിന്റെ ഒരു തുള്ളിയെങ്കിലും.
ഇല്ലാതാകുംവരെ ഒന്നു പാടിപ്പൊഴിഞ്ഞോട്ടെ.

(ധർമ്മ)

സങ്കടം

നട്ടു നെറ്റിയിൽ നീളത്തിൽ നന്നായി ചന്ദനം പൂശിയപ്പോൾ
ഹിന്ദുമതമൗലികവാദപ്പുശാരിയെന്നു വിളിച്ചു.
മൌലിയിൽ ഒരു പച്ചത്തുവാല തൂക്കിയിട്ടപ്പോൾ
മുസ്ലിംമതമൌലവിയെന്നും.
കർത്താവേയെന്നു കരഞ്ഞപ്പോൾ
യേശുവാശാനെന്നു പറഞ്ഞു കുരിശിൽ തറച്ചു.

ആത്മാവിനെക്കുറിച്ചുരിയാടിയപ്പോൾ
സംന്യാസിയിവൻ എന്നായി.
ചോപ്പു കൈലി ചുറ്റിയപ്പോൾ
കമ്മ്യൂണിഷ്റ്റെന്നായി.

വാക്കിനും പ്രതീകത്തിനും അനങ്ങാപ്പാറപോലെ
ഒരേയൊരു പൊരുളുമാത്രമരുളുന്ന
സാരമേയ സന്താനങ്ങൾ.

ചട്ടങ്ങൾ മാറ്റിയാലും
പുതിയ ചട്ടത്തിൽ അടച്ചുകളയും പൊട്ടന്മാർ.

നാനാർത്ഥം ചോർന്ന് എകാർത്ഥമായ
ലോകത്തിൽ എങ്ങിനെ മരുവും?

മൌനമായിരിക്കാനും വയ്യ.
വിദ്വാനെന്നു വിധിയെഴുതും.

എന്റെ തല വിധി!

(മാബലിച്ചിന്ത പാടി ഓണത്തിന് ഒരു കാറ്റല കൂടെ വന്നപ്പോൾ)

മാബലിച്ചിന്ത

മാ വാമനനിഷാദാ എന്നു പറയാതെ
ചവിട്ടിത്താഴ്ത്താൻ പണ്ടു തല നീട്ടിയത്
ചവിട്ടിയാല്താഴുന്ന തലയാണെങ്കില്
ച്ചുമ്മാ താണപോട്ടെയെന്ന് അഹങ്കരിച്ചിട്ടാണ്.
തുമ്മിയാല് തെറിക്കുന്ന മൂക്ക് എന്തു മൂക്കാണ്?
വിശ്വവിഖ്യാതമായില്ലെങ്കിലും തെറിക്കാത്ത മൂക്ക്
വളയാത്ത നട്ടെല്ല് പോലെയല്ലേ?

*

അന്നു തല താഴ്ത്തിയതിനാല്
ഇന്നു ഓണമുണ്ണാമെന്നായി.
കാണം വിറ്റിട്ടായാലും ഉണ്ണണം ഓണം.
വില്ക്കാൻ കോണകം പോലുമില്ലാത്തവർക്ക്
വൃക്ക വിറ്റുമാകാം വിരുന്ന്.
വീണതു വിദ്യയാക്കിയിട്ടാണെങ്കിലും
നേടണം ഓരോണസ്സദ്യ.

*

താളവും മേളവുമായി, പാതാളപ്പടവുകൾ കയറി
സംവത്സരം തോറും ഒരു കുറി വരുമ്പോൾ
നമ്പൂരിയല്ലെങ്കിലും ഒന്നു ശങ്കിക്കും:
കേരളക്കര പഴയപടി കരയായ് ത്തന്നെയുണ്ടോ?
സർ ചാത്തുവിന്റെ പിന്മുറച്ചാത്തപ്പന്സ്
കൊച്ചി മാത്രമല്ല കൊല്ലവും കോഴിക്കോടും കണ്ണൂരുമെല്ലാം വിറ്റോ?
എല്ലാം കുളംതോണ്ടിക്കടലാക്കിയോ?
പരശുരാമനു വീണ്ടും മഴുവെറിയേണ്ടി വരുമോ?

*

ശങ്ക പിന്നേയുമുണ്ട്.
തല കാട്ടിയാല്, പാതാളത്തിലേക്കല്ല,

എത്രകോത്താഴത്തിലേക്കും താഴ്ത്തുന്ന
വാമനവാനരജന്മങ്ങളുടെ നാടല്ലേ?
കേരളമെന്നു തികച്ചും കേൾക്കുന്നതിനുമുമ്പ്
ഞരമ്പുകളില് സുര നുരയുന്ന സുരാസുരരുടെ സ്വന്തം ലോകമല്ലേ?
കുനിഞ്ഞുനിന്നാല് ബബബബ അരിഞ്ഞുകൊണ്ടുപോകുന്ന
അരിവാളുകാരുടെ സ്വദേശമല്ലേ?
നോണ് റെസിഡണ്ട് മലയാളിയാണ്,
പ്രവാസിയാണ്,
പിച്ചനാണ്,
പിച്ചതെണ്ടി സദ്യ തട്ടാൻ വന്നതാണ്
എന്നെല്ലാം പറഞ്ഞു വിരട്ടാനുമിടയുണ്ട്.
വാമനനായാലും, മാവേലിയായാലും
വിള തിന്നാത്ത വേലിയാലും
ചന്തയില് വിലയില്ലെങ്കില് പുല്ലുവില.
പുല്ലും ആയുധമാക്കാൻ മാത്രം വല്ലഭനുമല്ലല്ലോ?

*

എങ്കിലും ചന്ദ്രികേ നമ്മൾ കാണും
സങ്കല്പ ലോകത്തിലോണമുണ്ണാം.
ഒരുനാളത്തേക്കല്ലേ!
പിന്നെ ഒരുകൊല്ലത്തേക്ക് വേണ്ടല്ലോ!
ഒന്നു പോയി വരാം.

ആന്ധ്യം

ഒരുനാൾ മുഖം കഴുകുമ്പോഴെന്റെ
ഇരുകണ്കളുമടർന്നുപോയ്

വിടർന്നപൂക്കളെപ്പോലെ
ഇമപൂട്ടാതെ നിശ്ചലം
ഒരുമാത്ര,യമ്പരപ്പോടെ,
മരുവീ കണ്ണുകൾ ഭൂമിയില് .

ചിത്രശലഭങ്ങളെപ്പോലെ
നേത്രങ്ങൾ പിന്നെ യാത്രയായ്.
കൃത്രിമഗ്രഹങ്ങൾക്കുമപ്പുറം
വിസ്തൃതാകാശശ്ശൂന്യത
ലക്ഷ്യമാക്കിയുയർന്നുപോ-
യക്ഷികൾ മന്ദവേഗമായ്

അവിടെയാരവമില്ലാത്തോ-
രപാരശ്ശൂന്യത്തില് സ്വച്ഛമായ്
തിളങ്ങും ഇരുതാരകങ്ങളായി-
ത്തങ്ങീയെന്റെ കണ്ണുകൾ .

അർദ്ധരാത്രിക്കുമുറങ്ങാത്ത
നഗരത്തിൻ തിരക്കിനപ്പുറം
യന്ത്രവും യന്ത്രമനുജരും മേവും
യാന്ത്രിക ലോകത്തിനപ്പുറം
ഇന്റർനെറ്റ് ജാലകങ്ങൾക്കും
മറ്റുമാദ്ധ്യമങ്ങൾക്കുമപ്പുറം
വിദൂരവിമൂകവിഹായസ്സില്
കുസൃതിച്ചിരിയോടെന്റെ കണ്ണുകൾ .
താഴെയീസ്സറിയല്ച്ചിത്രമാം ഭൂവില്
കാഴ്ച പോയവനായെങ്കിലും
ഉൾക്കാഴ്ചയിന്നുമേകുന്നു
ഉയരത്തില് നിന്നു കണ്ണുകൾ .

ആത്മരതൻ

മനുഷ്യരാശിയെ, മനുഷ്യരെയല്ല, സ്നേഹിക്കാൻ ഒരു വോൾട്ടയറു ണ്ടായി;
ശാന്തിയെപ്രേമിക്കാൻ ഒരു ഗാന്ധിയും.
വ്രണിതർക്ക് സ്വാന്തനമായി ഒരു ഫ്ലോറൻസ്;
പെരുവഴിപ്പെപ്പതങ്ങൾക്ക് ഒരു തെരേസയും.

നിന്ദിതർക്കും പീഡിതർക്കും
രോഗികൾക്കുമഗതികൾക്കും
ആരെങ്കിലുമൊക്കെയുണ്ടായി;
ഒരു ഡാമിയൻ,
അസ്സീസിയിലെ ഫ്രാൻസിസ്,
ആല്ബർറ്റ് ഷ്വെറ്റ്സർ,
ഹിറ്റ്ലർ,

ചുമട്ടുകാർ ക്കൊരത്താണി.
എഴുതുന്നവനും വരക്കുന്നവനും ഒരു ചുമര്.

ഇവനോ
ഇവനെയാരുമങ്ങിനെ നിന്ദിച്ചില്ല.
ആരുമങ്ങിനെ പീഡിപ്പിച്ചില്ല.
രോഗിയല്ല;
ഭോഗിയും യോഗിയുമല്ല.
ഇവനെനോക്കാനതിനാലങ്ങിനെ ആരുമില്ലെന്നു വന്നു.
(വരാനുള്ളത് വഴിയില് തങ്ങില്ലല്ലോ;
തങ്ങിയാല് തങ്ങളാവില്ലേ!)
അതിനാല് ഇവന് ഇവനിവനെത്തന്നെ
പരാതിയും പരിഭവവുമില്ലാതെ
പ്രേമിച്ചുകൊണ്ടേയിരിക്കുന്നു.

(പ്ലാനിങ് കമ്മീഷനിൽ ഡെപ്യൂട്ടി ചെയർമാൻ ആയിരുന്ന, 2014ൽ രാജി വെച്ച, മോൺടെക്കിന്റെ)

ടെക്നിക്

I

ദാരിദ്ര്യ രേഖക്കടിയില് ഞെരുങ്ങുന്ന
ദരിദ്രക്കുരായണ കോടികളെക്കണ്ട്
ഈ പട്ടിണിപ്പാവക്കുത്തിച്ചിമക്കളെ
ഈ ലക്ഷ്മണരേഖക്ക് മുകളിലെത്തിക്കാനെന്തു വഴി
ഊയെന്റെ ഭാരതമാതാവേയെന്നോർത്ത്
ഒരു നൊമ്പരത്തിച്ചെടിയായി
ആസൂത്രണചതുരൻ മൊണ്ടെക്അഹ്ലുവാലിയ പമ്പരം കറങ്ങി.
മണ്ടപുകഞ്ഞു.
മനം നൊന്തു.
പകലുകൾ രാത്രികളായി.
രാത്രീഞ്ചരനായി.
രാത്രികൾ നിദ്രാവിഹീനങ്ങളായി.
മനവും തനുവും മരുഭൂമിയായി.
(തിരുമല വെങ്കിടേശാ ബിച്ചു മനസ്സില് വന്നുപോയി!)
മരുപ്പച്ചക്കായി പിച്ചതെണ്ടി.

II

മൊണ്ടെക് മണ്ടയില് അപ്പൊഴൊരു പഴങ്കഥ തോന്നി.
ഉണ്ടിരിക്കുന്ന നായർ ക്കൊരുള്വിളിയെന്നപോല്
അക്ബർ പണ്ട് വരച്ച വരയെക്കുരിച്ചോർത്തു.
നീളത്തിലൊരു നേർ രേഖ.
വരതൊടാതെ വര ചെറുതാക്കാമോയെന്നായി
നവരത്നങ്ങളോട് രാജൻ അക്ബർ .
കൈ നനയാതെ മീൻ പിടിക്കാമോ
അരിയില്ലാതെ ചോറുണ്ണാമോ
തുണിയില്ലാതെ തടിമറക്കാമോ
തറയില്ലാതെ കുരകെട്ടാമോ
എന്നൊക്കെ രത്നങ്ങൾ തിരിച്ചു ചോദിച്ചില്ല.

തല പോകുമെന്ന് പേടിച്ചാവണം.
(പേടി ചാവില്ലല്ലോ!)
രാജരേഖക്കുകീഴില് അതിലും വലിയൊരു ഭാഗ്യരേഖ കോറി
ബീർബലതു ചെറുതാക്കി.
അക്ബറിനെ ബ്ലീച്ചാക്കി.

III
കഥയോർത്ത് അഹ്ലുവാലിയക്ക് വന്നൂ യുറേക്കാ!
പട്ടിണിപ്പരിഷകളെ രേഖക്ക് മുകളിലേക്ക് കേറ്റേണ്ട കാര്യമെന്ത്?
രേഖ താഴ്ത്തി വരച്ചാലും മതിയല്ലോ?
മുള്ള് ഇലയില് വീണാലും ഇല മുള്ളില് വീണാലും
നേട്ടം മുള്ളിനല്ലേ?
ഒട്ടും താമസിയാതെ അഹ്ലുവാലിയ രേഖ പൊക്കി താഴേക്കിട്ടു.
രേഖക്കുമുകളിലെത്തിയ ദരിദ്രപ്പണ്ടാരങ്ങൾ കീ ജേ വിളിച്ചു.
മോണ്ടെക് മോണ്ട് ബ്ലാങ്കായി.

കലിജന്മം

നരച്ചനരച്ച നരജന്മമാകാതിരിക്കാൻ
കറുപ്പിച്ചകറുപ്പിച്ച
കലിജന്മമായി.

ഇനി കിട്ടണം ഒരു നളനെ!
കലികേറ്റാൻ.

(വേനല് 1990)
ദില്ലി:

പറുദീസയില്നിന്നു പാതാളത്തിലേക്ക് തീവണ്ടിയില്
വെറും അറുപതു മണിക്കൂർ.
മാനവനില്നിന്നു ദാനവനിലേക്ക
ജീവനില്നിന്നു ജഡത്തിലേക്ക്.

ചരിത്രവും വർത്തമാനവും ഒരുപോലെ പുകയുന്നു.

ലാല്ക്കില
വിജ്ഞാൻ ഭവൻ
ശാസ്ത്രി ഭവൻ
നെഹ്രുവിന്റെ കശ്മീർ
ബാബർ
രാമൻ

തീയിലും ചോരയിലും ചുകന്ന്
ചരിത്രവും വർത്തമാനവും ഒരൊറ്റ നിറമാകുന്നു.
ഇതിഹാസങ്ങളും അതിസാഹസങ്ങളും
പരിഹാസങ്ങളും മന്ദഹാസങ്ങളുമെല്ലാം
ഒരേ ചൂളയിലുരുകി ഒരൊറ്റ വാർപ്പാകുന്നു.

അഴകിനും അഴുക്കിനും ഒരുപോലെ തീപ്പിടിക്കുന്നു.

താജ്മഹൾ
കുത്തബ്ബ്മീനാർ
പ്രണയത്തിനും പ്രതാപത്തിനും അസ്തമയത്തിന്റെ ആസുരകാന്തി.

രാജ്ഘട്ട്
വിധാൻസഭ
കരുണയ്ക്കും കിനാവിനും കർക്കിടകക്കാളിമ.

ആരും ആരോടും ഒന്നും പറയുന്നില്ല.
ഏവരും തീക്കാറ്റിനെതിരെ കൈകളാല് മുഖം മറച്ചോടുന്നു;
വർത്തമാനത്തിന്റെ വാൾത്തലപ്പിലൂടെ സമനിലതെറ്റാതിരിക്കാൻ
പാടുപെട്ട്.

ആർക്കും ഒന്നും ഓർക്കാൻ നേരമില്ല;
കിനാവു കാണാനും.
ജീവിതം വെറും വർത്തമാനമാകുന്നു;
അറുതിയില്ലാത്ത വർത്തമാനത്തിന്റെ വറുതി.

വാൾത്തലപ്പിന്റെ അങ്ങേക്കരയിലെന്താണ്?
ചരിത്രം.
അതാരു പഠിപ്പിക്കും?
ഇങ്ങേക്കരയില് ?
സ്വപ്നം.
അതാരു പ്രവചിക്കും?

എവിടെയോ ഒരു ബോംബു പൊട്ടുന്നു.
ആശ്വാസം തെറിച്ചതെന്റെ തലയല്ല.

(*Sprinkle, sprinkle little star
How I wonder what you are!)

ഹാ, എന്തൊരുപ്പ്!

ഉപ്പായാൽ ഇങ്ങിനെയിരിക്കണം
ഉടൽ മഞ്ഞുപോലെ
ചിരി നിലാവുപോലെ
അടുത്തെത്തുമ്പോൾ എന്തൊരു മാദകഗന്ധം!
തൊട്ടുമ്പോൾ എന്തൊരിക്കിളി!
രുചിയോ!
ഇവൾ ഉപ്പുതന്നെയോ എന്ന സത്യമായും സംശയിച്ചുപോകും
വാരിയെടുത്ത് എത്ര ഉമ്മകൊടുത്താലും മതിയാകില്ല
ഇവൾ താൻടാ ലവണം
ലാവണ്യം.

മുമ്പ് ഇവൾ ഇങ്ങിനെയായിരുന്നില്ല
ഉടലിൽ അവിടവിടെയായി കരിപ്പാടുകളുണ്ടായിരുന്നു
ചിരിക്കുമ്പോൾ പല്ലുകളിലെ കറ തെളിഞ്ഞു കാണാമായിരുന്നു
കാലിലും കയ്യിലും കല്ലുപോലെയുറച്ച പേശികൾ അടുത്തെത്തു
മ്പോൾ വിയർപ്പിന്റെ തലകറക്കുന്ന മണം
തൊടാൻ അറപ്പായിരുന്നു
രുചിയോ!
ഇവൾ ഉപ്പുതന്നെയെന്ന് നിസ്സംശയം പറയാമായിരുന്നു.

പിന്നീടിവൾ കടൽ കടന്നു
ഉടൽ മെലിഞ്ഞു
ചിരി വളർന്നു

മുമ്പ് ഇവൾ അംഗനയായിരുന്നു
ഇങ്ങനെ ആയിരുന്നില്ല
പിന്നെങ്ങിനെ...ശിവനേ!

*ഒരു ഉപ്പ് ബ്രാൻഡ്, റ്റാറ്റാ സാൾട്ടിനെപ്പോലെ

(അമ്മയെക്കുറിച്ച്)

ഞാനൊന്നുമേയറിഞ്ഞില്ല

അമ്മയെക്കുറിച്ചു ഞാനൊന്നുമേയറിഞ്ഞില്ല;
അമ്മയാണീ മഹാവിശ്വമെന്നതുമറിഞ്ഞില്ല.
പണ്ടു വിഘ്നേശ്വരൻ പ്രപഞ്ചത്തെ വലം വെക്കാൻ
അമ്മയെ വലംവെച്ച കഥ ഞാനറിഞ്ഞില്ല.

സ്വപ്നസങ്കടങ്ങളാല്ലീർ ത്തൊരാ ഹൃദന്തത്തിൻ
ഉൾത്തുടുപ്പറിയുവാൻ കാതെനിക്കുണ്ടായില്ല.
ഉലകമൊക്കെയുമെന്റെ വായില് ഞാൻ വഹിച്ചാലും
ഉരലിലെന്നെക്കെട്ടാനവൾക്കാകുമെന്നറിഞ്ഞില്ല.

വെണ്ണകട്ടപ്പോ,ളാറ്റില്ക്കുളിക്കും പെണ്ണുങ്ങൾതൻ
വർണ്ണച്ചേല കട്ടപ്പോ,ഴെന്നെത്തല്ലിയപ്പോഴെല്ലാം
ഉള്ളിലുളവായ സങ്കടമൊന്നും കാട്ടാതെന്നും
നൊന്തു വെന്തതു നിന്റെ ചിത്തമെന്നറിഞ്ഞില്ല ഞാൻ .
തൈര് കടയും പോലെ ഞാനാ മനസ്സിനെ മഥിച്ചാലും
തൂവെണ്ണയായ് പ്പൊന്തുമാ മനമെന്നറിഞ്ഞില്ല.

പട്ടണക്കാന്താരത്തില് ഹിംസ്രജന്തുക്കൾ മദ്ധ്യേ
കഷ്ടവത്സരങ്ങളില് ഞാൻ നഷ്ടമായ് ത്തീരുന്നേരം
ഇഷ്ടമായ് നീയെന്റെ കാതിലോതിയ മന്ത്രം
രക്ഷയായ് വന്നുവെന്ന സത്യമിന്നറിയുന്നു ഞാൻ !

ഒന്നുമേയറിയുന്നില്ലെന്നറിയുമ്പോഴിപ്പോഴെന്റെ
കണ്ണുകൾ പുകയുന്നു തിങ്ങിയ വ്യസനത്താല് .
പുകയട്ടെന്റെ കണ്ണുകൾ; പുകയുമ്പോൾ പകല് പോലെ
തെളിയുന്നല്ലോ നിന്റെ വിശ്വരൂപമമ്മേ മുമ്പില് !

പക്ഷിവിചാരം

പറക്കുന്നതിനെയാണ് പറവ എന്നു പറയുക.
പട്ടവും വിമാനവും, പക്ഷെ, പറവയല്ല.
അവ പറക്കുകയല്ലല്ലോ
പറത്തുകയല്ലേ?
ഖഗമാണ് അവയെന്ന് വേണമെങ്കിൽ വിളിക്കാം;
(വിളിച്ചാൽ വിളികേൾക്കുമെങ്കിൽ).
ഖമ്മിൽ(ആകാശത്തിൽ)ഗമനം ചെയ്യുന്നവ.
അപ്പൂപ്പൻ താടിയും അപ്പോൾ ഖഗം തന്നെ;
ഖസാക്കിലെ അപ്പുക്കിളിയെപ്പോലെ.
'ഖഗമേ!'

ഓട്ടും ഒട്ടകപ്പക്ഷി ഒട്ടകപ്പറവ ആകില്ല.
പക്ഷമുള്ളതിനാൽ പക്ഷി എന്നു വിളിക്കാം;
തെറ്റില്ല.
താറാവും പറവയല്ല;
വെറും പക്ഷി.
കോഴിയും ഒരു വഹയാണ്;
കോഴിത്തമ്പുരാക്കളെപ്പോലെ.

പറക്കുന്നതിനാൽ വവ്വാലും പറവ തന്നെ;
സയൻസ് സസ്തനമെന്നു പറഞ്ഞാലും.
സസ്തനപ്പറവയെന്നു പറയുന്നതാണ് ഭംഗി.

പക്ഷം ഒന്നു മാത്രമായാൽ പക്ഷിയാകില്ല;
ബാലൻസ് തെറ്റും.
ബലൻസ്സിനും വേണ്ടേ രണ്ടു തട്ട്!
(ഒറ്റത്തട്ടുള്ള ബേലൻസ്സാണ് നോൺസെൻസ്.)
ഇടതുപക്ഷം മാത്രം പോരാ വലതുപക്ഷവും വേണം.
ഭൂരിപക്ഷത്തിനും വേണം ഒരു ന്യൂനപക്ഷം.

ബാലൻസ്...അതാണു കാര്യം.
അതിനു പക്ഷം രണ്ടു വേണം;
പക്ഷിയായാലും,പറവയായാലും, ഖഗമായാലും
വെറും കിളിയായാലും.

(Ex)

കാമിനിക്ക്

ഹൃദയംതുറന്നു ഞാൻ കാഴ്ചവെച്ചപ്പോളതില്
നിറയെപ്പുഴുക്കളാണെന്നു നിൻ പരാതിയോ?

ഉദയം മുതലസ്തമയം വരേയും നിന്റെ
ഹൃദയം മാത്രമുൾക്കൊണ്ടോരീ ഹൃദയത്തില്
പുഴുകേറുവാനെന്തുബന്ധമെന്നാലോചിച്ചു
കുഴയുന്നേരം നിന്റെ ചിരി കിലുങ്ങുന്നു കാതില്

ഇടറും കാതാല് നിന്റെ ചിരിയൊപ്പീടുന്നേരം
ഇരുൾമൂടുന്നു കണ്ണില്,
അസ്തമിക്കുന്നു ബോധം.

ഹൃദയം മാത്രമാനേരവും സ്പന്ദിക്കുന്നു
വ്യഥിതം
വ്യാകുലം
രക്താഭിഷിക്തം
മൂകം.

(യമനെ കണ്ട)

നചികേതസ്സ്

യമനെ കണ്ട നചികേതസ്സ്
മരണമില്ലാത്തവനായി തിരിച്ചുവന്നു.

മരണമില്ലാത്തതുകൊണ്ട്
ഇനി മരിക്കാനും സ്വാതന്ത്ര്യമില്ലെന്നു കണ്ട്
ബ്ലീച്ചായി .

ഒരു പുനർജന്മത്തിനുള്ള ചാൻസ്സും
കാലൻ ക്യാൻസലാക്കി എന്നോർത്ത്
വിഷണ്ണനായി
ഒരു വണ്ണാനായി
വരേണ്യവർഗ്ഗത്തിനെതിരെ വിപ്ലവം പ്രഖ്യാപിച്ചു.

ആകെക്കൂടി ഉണ്ടായിരുന്നത് ചാവാനുള്ള ചാൻസായിരുന്നു.
അതും പോത്തു മുതലാളി ഇല്ലാതാക്കി എന്നോർത്തപ്പോൾ
തലമണ്ട തീവണ്ടിക്കു വെക്കാനാണ് തോന്നിയത്.
മണ്ട വണ്ടിക്കു വെച്ചാലും
ഈ തെണ്ടിക്ക് ഒന്നും പറ്റില്ലെന്ന് മനസ്സിലായി
നചികേതസ്സ് ഇപ്പോഴും മണ്ടി നടക്കുന്നു;
മണ്ടൻ മേട്ടിൽ.

കാലനോട് കളിച്ചാൽ കാലക്കേടാവും.

ചിയേഴ്സ്

ഉദാരവല്ക്കൃത മായാമാനവഭുവനത്തിനു
മൂന്നുവട്ടം അഭിവാദ്യങ്ങൾ !
ഭൂമിക്കൊരേയൊരവകാശിയായ
ദാനവമാനവനു മാത്രം അനുഭവിക്കാവുന്ന
സമത്വസുന്ദര മഹീതലത്തിനു നമസ്കാര് !

ആകാശത്തിലെ പറവകളെപ്പോലെ
കൃഷീവലർ സ്വതന്ത്രരായ് വലയുന്ന ലോകം.
അവറ്റകൾ (വിത്തില്ലാത്തതിനാല്) വിതയ്ക്കുന്നില്ല;
കൊയ്യുന്നുമില്ല.
കളപ്പുര കാലിയായതുകണ്ടു കരയുന്ന കന്നുകാലികളെ
കൊല്ലാനും തിന്നാനുമാകാതെ (തത്)കാലം കഴിക്കുന്നു.

വിത്തുണ്ട്;
ബീജഭീമന് മോണ്സാന്റോ മുതലാളിയുടെ പത്തായത്തില്
വിത്തിനു പത്തുഗുണം വിള തരുന്ന പരിഷ്കൃത ബീജങ്ങൾ
നവോദാരലോകത്തിന്റെ നെട്ടുംതൂണുകൾ
(വിത്തുകൾ, വിത്തുകൾ, ലോകസുഖത്തിന്റെ നാരായവേരുകൾ !)

പാറ്റയും പുഴുതാരയും തൊടാത്ത നെന്മണി
എലി കരളാത്ത തേങ്ങാക്കായ്
പുഴുപോലും തിന്നാത്ത വഴുതിനങ്ങാക്കായ്
കുയിലും കാക്കയും കൊത്താത്ത കസ്തൂരി മാമ്പഴം
(കൊത്തിയാല് കൊക്കുണ്ടാവില്ല.)

വണ്ടുതീണ്ടാത്ത പരുത്തിപ്പൂക്കൾ
ഉറുമ്പിനരിക്കാൻ പറ്റാത്ത പഞ്ചാരത്തരി
ചിതലിനെടുക്കാൻ പറ്റാത്ത മരത്തടി
പായലിനും പൂപ്പലിനും പോലും പടരാൻ പറ്റാത്ത
ചുവരുകൾ, മതിലുകൾ

എരിതീയിലൊഴിക്കാൻ കൊഴുപ്പുകുറഞ്ഞ സൂര്യകാന്തിയെണ്ണ.
(സൂര്യനെല്ലിയിലെ കുഞ്ഞിപ്പെണ്ണുങ്ങൾക്ക് കൊഴുപ്പാകാം.)

പണം മാത്രം കായ്ക്കുന്ന മരങ്ങൾ
ആണ്കുട്ടികളെ മാത്രം പെറുന്ന അമ്മമാർ
ധവള ചർമ്മങ്ങൾ മാത്രമുള്ള കുട്ടികൾ
കൊതു കടിക്കാത്ത ചർമ്മങ്ങൾ
വിയർക്കാത്ത ശരീരങ്ങൾ
ലക്സു തേച്ചു കുളിച്ചു കൊക്കാവുന്ന കാക്കകൾ

സ്വർഗത്തിനുപോലുമസൂയ തോന്നുമീ
നവമാനവലോകദർശനാല്

നിഴലിനുമിരുളിനുമിടമില്ലാത്ത പ്രകാശപ്രളയത്തിന്റെ
കളിപറയാത്ത കാര്യക്കാരുടെ കളികളുടെ ലോകം
അരസികവഷളന്മാർ കവിത കെട്ടുന്ന ലോകം
ചുവരും ചായവുമില്ലാത്തവർ ചിത്രമെഴുതുന്ന ലോകം;
എത്രയും ചിത്രം! ചിത്രം!

വിശ്രമമില്ലാതെ പരിശ്രമിക്കുന്ന ആശ്രമങ്ങൾ
അക്രമികൾക്കു വിശ്രമവിനോദങ്ങളൊരുക്കും തടവറകൾ
ആതുരസേവനവ്യാപൃതരായ
ആർദ്രതയറ്റ അറുകൊല വ്യാപാരികൾ
പരക്ലേശമറിയാതെ പരമാർത്ഥം പറയുന്ന വേദാന്തികൾ
ഒരു വേദന മാറാൻ മറുവേദന തരുന്ന മരുന്നുകൾ
ശൃംഗാരമറിയാത്ത കമിതാക്കൾ
സന്തതികൾ വേണ്ടാത്ത, ദമ്പിടി മാത്രം വേണ്ട ദമ്പതികൾ .
വൈവിദ്ധ്യങ്ങളെല്ലാമസ്തമിച്ച ഏകസംസ്കാരത്തിന്റെ പുണ്യഭൂമി
ഒരേ ഭാഷ, ഒരേ ഭൂഷ,ഒരേ ഭക്ഷണം.
ഒരേയൊരു മതം, ദൂര
ഒരേയൊരു ജാതി, ആർത്തി

നാനാത്വമേയില്ലാത്ത ഏകത്വം.
കലി പോലും ചിയേഴ്സ് പറഞ്ഞുപോകുന്ന
സമൃദ്ധിയുടെ സംസ്കാരം!
നമസ്കാരം!

പാപി

പേനക്കു പകരം
നീ എന്റെ കയ്യിൽ വെച്ചുതന്നത്
പേനാക്കത്തി.
കൂടെ ചില സുഭാഷിതങ്ങളും.

'അക്ഷരം ഭക്ഷണത്തിനു പകരമാവില്ല.
'അരി' എന്നെഴുതി ചട്ടിയിലിട്ടാൽ
ചോറല്ല, ചേറാകും.
കാക്ക കുളിച്ചാൽ കൊക്കാകില്ല.
കുമ്പളം കുത്തിയാൽ മത്തൻ മുളക്കില്ല.
ഗുണ്ടയുടെ മോൻ ഗുണ്ട തന്നെ.'

വളരും തോറും കത്തിയും വളർന്നു;
കഠാരയായി.
ഏറെ വളർന്നപ്പോൾ വാളായി.
മൂർച്ചയുമേറി.

അങ്ങാടിജന്തുക്കളെ മാത്രമല്ല
ആശ്രമ മൃഗങ്ങളെയും
വെട്ടി വിഴുങ്ങാമെന്നു നീയോതി;
കൊന്നാൽ പാപം തിന്നാൽ തീരുമെന്നും.

തിന്നാൽ തീരാത്ത പാപങ്ങളുമായി
തീ തിന്നുകയാണിപ്പോൾ.

വാളാൽ വാഴുന്നവൻ
വാളാൽ വീഴുമെന്നു
മറ്റൊരാൾ പറഞ്ഞു കേട്ടത് ഇന്നാണ്.

(ഒരു അസംബന്ധ ചിന്ത)

ഹൃദയപൂർണ്ണൻ

ശുഭ്രമാകാശം;
അതിനാൽ കടൽ നീലം.

നീലയാകയാൽ കടൽ
മരം പച്ചയായി.

മരം പച്ചയാകയാൽ
പൂക്കൾ പല നിറത്തിലായ് .

നിറം നിരവധിയാകയാൽ
കായ്കൾക്കുണ്ടായി രുചി ഭേദം.

കിളികൾ ആകയാൽ പാട്ടുകാരായി;
പശുക്കൾ ശ്രോതാക്കളും.

ആകയാലായീ ഭുവനമെൻ ഭവനം;
ഹൃദയം പൂർണവും.

ചന്തേര

നഗരത്തിലാണ നിൻ കരളിരിപ്പെങ്കിലും
ഹൃദയത്തിലുണ്ടൊരു ഗ്ഗ്രാമം.
ഹൃദയത്തിലൊരു റെയിൽപ്പാതയതിദീർഘമാം
മുറിവുപോൽ നീറുന്ന ഗ്രാമഭൂമി.
അതിലൂടെ തെക്കോട്ടു പോയവരെത്രയോ
പതിത,രുന്മാദികൾ, പണ്ഡിതൻമാർ.

അവിടത്തെ നെല്ലിയും നെല്ലും മണക്കുന്ന
ഇടവഴികളിപ്പോഴുമോർമ്മയുണ്ട്.
കശുമാവു പൂത്തതിൻ ഗന്ധം പരക്കുന്ന
കനക നിലാവൊളി ഓർമ്മയുണ്ട്.

ആകാശനീലിമയാകെ മറക്കുന്ന
പ്ലാവുമിലഞ്ഞിയും ചെമ്പകവും
ഉച്ചിയിൽ പൂവുള്ള സർപ്പങ്ങളിണ ചേരു-
മുച്ച വെയിലിന്റെ മൌനങ്ങളും
ആനന്ദ വിസ്മയമുള്ളിൽ നിറക്കുന്ന
താമരച്ചിരികളും പൂത്താലിയും
വേരുന്നി നിൽപ്പുണ്ടു നിന്നിലിപ്പോഴുമാ
ചേലേഴും കാവു മരങ്ങൾ പോലും.

തെയ്യത്തറകളും കോഴിക്കുരുതിയും
മേൽമെയ് മറക്കാത്ത പെണ്ണുങ്ങളും
കാക്കക്കറുപ്പുള്ള മലയനും വേലനും
കാത്തിരിക്കും തുലാമാസങ്ങളും
കുയിൽ പോലെ പാട്ടും പുലയനാംപൊക്കന്റെ
പൊടിയരിക്കഞ്ഞിയും ഞാറ്റുപാട്ടും
നണയും കശുമ്പുകന്നായ്മയും
വിളയുമട്ടുക്കളക്കോലായയും

നേന്ത്രപ്പഴത്തിന്റെ യുണ്ണിയപ്പത്തിന്റെ

ഫ്യൂഡൽച്ചുവയുള്ളയോണങ്ങളും
ചോരച്ചുവയുള്ള കമ്മ്യൂണിസത്തിന്റെ
ചോരത്തിളപ്പും കുടിപ്പകയും

നഗരത്തിലാണ നിൻ വീടിപ്പൊഴെങ്കിലും
ഹൃദയത്തിലുണ്ട് 'ചന്തേര'.

(ആലപിക്കാനല്ല)

വാർത്താലാപ്

ദുഃഖങ്ങളും ദുരിതങ്ങളും കഴുകി വെടിപ്പാക്കി
ദൂരെ വെയിലത്ത് ഉണക്കാനിട്ടു.
സിനിമാപ്പാട്ടിൽ പറഞ്ഞ പോലെ അവയ്ക്കും വേണ്ടേ ഒരു അവധി.

രോഗവും ദാരിദ്ര്യവും ഇല്ലാത്തതിനാൽ
പീഡകൾ പലതും ആധിഭൗതികവും
ചിലത് ആധ്യാത്മികവും ആയിരുന്നു.
മദിരയിലും മധുരമീനാക്ഷിയിലും ഇടയ്ക്കിടെ അലക്കിയാൽ
വെളുത്തു പോകുന്ന ചരക്കുകൾ.

വിദേശി ആയതിനാൽ സ്വദേശി ഭക്ഷണത്തിന്റെ
(പൊറോട്ടയും ബീഫും ചാപ്സും
പുഴക്കലരിച്ചോറും മീഞ്ചാറും)
പീഡയില്ല.

ചങ്ങാതികൾ ഇല്ലാത്തതിനാൽ
സുഹൃത്പീഡയുമില്ല. സുഖം!

ഭാര്യയും മകളും ശീലമായതിനാൽ ഭാരമല്ല.

വേരില്ലാതെ വളർന്നതിനാൽ
വിരഹവും ഗൃഹാതുരത്വവും നിഘണ്ടുവിലില്ല.

അയൽക്കാരുടെ വേഷവും ഭാഷയും അന്യമായതിനാൽ
അന്യവൽകൃത കൃതാർത്ഥതയുണ്ട്.

വീട് ആകാശമായതിനാൽ
അതിടിഞ്ഞു തലയിൽ വീഴുമോ എന്ന്
ആസ്റ്ററിക്സിന്റെ നാട്ടുകാരെപ്പോലെ ഒരു പേടിയുണ്ട്.
കുടയുള്ളതുകൊണ്ട് ആ പീഡ ഈയിടെ കുറവാണ്.

ഒരു വിഷമമുണ്ട്.
അലക്കുമ്പോഴാണറിഞ്ഞത്
ദു:ഖങ്ങൾ പഴകിയിരിക്കുന്നു.
പലതും പിഞ്ഞിപ്പോയിരിക്കുന്നു.
പുതിയവ വാങ്ങേണ്ടി വരുമോ എന്നൊരു ശങ്കയുണ്ട്.

അതൊഴിച്ചാൽ, പറഞ്ഞില്ലേ, സുഖമാണ്;
പരമമായിത്തന്നെ.

സസ്നേഹം,
ഒപ്പ്.

വയസ്സായാൽ
(വയസ്സായിട്ടില്ലാ എന്നല്ല)

വയസ്സായാൽ പണ്ടു വാനപ്രസ്ഥം.
നാട്ടും വീട്ടും കാട്.
ബന്ധുരവും അല്ലാത്തതുമായ ബന്ധബന്ധനങ്ങളെല്ലാം വിട്ട്
മരിച്ചവരെ മറവുചെയ്യാൻ മരിച്ചവർക്ക് വിട്ട്
കെട്ടും ഭാണ്ഡവുമില്ലാതെ
ശിവനേയെന്നു വിളിച്ച്
കാശിക്കു കൈവീശിയൊരു പോക്ക്;
കരിയില പോലെ
കാറ്റിൽപ്പറന്നും മഴയിൽ നനഞ്ഞും...

അതു പണ്ട്

ഇന്ന്
വയസ്സായാൽ വൃദ്ധസദനം.
ബന്ധുക്കൾ കൈവിട്ടാലും
ബന്ധുരാബന്ധുരസ്മരണകളയവിറക്കി
എങ്ങുമെങ്ങും പോകാതെ
മണ്ണാങ്കട്ട പോലെ
കാറ്റിൽപ്പൊടിഞ്ഞും
മഴയിൽക്കുതിർന്നും...

(ഒരു പ്രേമഗീതം)

ഹൃദയപൂർവ്വം

എന്റെ ഹൃദയം തീർത്തും നഗ്നമായി കാണണമെന്ന് നീ ആവശ്യ
പ്പെടുന്നു
ആഡംബരവും അലങ്കാരവുമില്ലാതെ
ഉപമയും ഉൽപ്രേക്ഷയുമില്ലാതെ
നഗ്നലളിതമായ എന്റെ ഭഗ്നഹൃദയം
ശാന്തമൂകമായ് പ്പോയ എന്റെ ക്ഷുഭിതഹൃദയം

ഞാനതു പറിച്ചെടുത്ത് നിനക്കു നൽകുന്നു
പച്ചയായ എന്റെ ഹൃദയം
വിവസ്ത്രം
നിരാഭരണം
രക്തദീപ്തം

എങ്കിലും
വാക്കിന്റെ വാഴയിലയിലല്ലാതെ
മാംസത്തിന്റെ ഈ വചനം ഞാനെങ്ങിനെ കാഴ്ച വെക്കും!
കിളിയായി കൊഞ്ചുകയും
മരമായി മർമ്മരമുണർത്തുകയും
പൂവായ് വിതുമ്പുകയും
മുറിവായ് നീറുകയും ചെയ്യുന്ന
എന്റെ ഈ ഹൃദയം

നഗ്നത തന്നെ വേഷവും ഭൂഷയും ഭാഷയുമാക്കിയ ഈ ഹൃദയം
മാംസത്തിന്റെ വചനം
എന്റെ വാക്കുകളുടെ മാംസം

ഞാനിതെങ്ങിനെ ഇതിലും നഗ്നലളിതമായി നിന്നെയേല്പിക്കും!

(Persecution complex)

ഭയപ്പെടുന്നു

ഭയപ്പെടുന്നു ഞാൻ
ഭയപ്പെടുന്നു ഞാനിരിക്കുവാൻ
ഭയപ്പെടുന്നു ഞാൻ മരിക്കുവാൻ
ഭയപ്പെടുന്നു ഞാൻ മരിച്ച ജീവിക്കാൻ
ഭയപ്പെടുന്നു ഞാൻ...

ഭയം മരണമാണഭയം ജീവിതം
ഒരിക്കൽ നീയെന്നെ പഠിപ്പിച്ച
പഠിച്ചതെന്നേ ഞാൻ മറന്നു പോയ്
ഭയത്താൽ ഞാനെന്നെ മറന്നു പോയ്
മറവിമൂടിയ മനസ്സിൽ ലോകവും മറഞ്ഞു പോയ്

ചിരിച്ചുകൊണ്ടൊരാൾ വരുന്നു
ഞാൻ ഭയന്നകത്തിരിക്കുന്നു
കരഞ്ഞുകൊണ്ടൊരാൾ വരുന്നു
ഞാൻ ഭയന്നെഴുന്നേറ്റോടുന്നു
സുഹൃത്തുഞാൻ നിനക്കൊരാൾ പറയുന്നു
മുതിക്കവനെ ഞാൻ വിരുന്നു നൽകുന്നു
നിനക്കു ശത്രു ഞാനൊരാൾ പറയുന്നു
പതിയിരുന്നു ഞാനവനെ കൊല്ലുന്നു

ഭയം ഭയമെന്നെയിറുകെപ്പുൽകുന്നു
പൊടിപൊടിയായ് ഞാൻ തകർന്നു വീഴുന്നു
ഭയം ഭയമെന്നെ വിവസ്ത്രനാക്കുന്നു
ദയ ദയയെന്നു ഭയന്നു കേഴുന്നു
പെരിയ പാമ്പിന്റെ പിളർന്ന വായിൽ ഞാൻ
പകലും രാത്രിയും കഴിച്ചു കൂട്ടുന്നു

എനിക്കു പേടിയാണിരുട്ടും വെട്ടവും
ഗൃഹവും ലോകവും വിഷവും തീർത്ഥവും

എനിക്കു ദൈവമേ...
കടുത്ത പേടിയാണെനിക്കു നിന്നെയും
വിളിക്കരുതെന്നെ വെളിക്കു നീ കാണാ–
പ്പുറത്തു ഞാൻ കത്തിയെരിഞ്ഞു തീർന്നോട്ടെ

നിനക്കു കാണുവനൊരായിരം കണ്ണു–
ണ്ടവ മുഴുവനും തിമിരം തിന്നട്ടെ
ഇരുണ്ടുപോകട്ടെ എനിക്കുള്ള കണ്ണും
ഭയമാണെന്നെയും എനിക്കു ദൈവമേ

(ഹൈദരാബാദ് സർവ്വകലാശാലാ വിദ്യാർത്ഥി
രോഹിത് വേമുലയുടെ ആത്മഹത്യാക്കുറിപ്പ്)

മരണരോഷത്തിലൊരു
രോദന രചന

ചിറകുണ്ടെങ്കിലും പറക്കാൻ വിടാതെ
പരിചിതപരിസരത്തു തന്നെ ചിക്കിച്ചിനക്കുന്നതിലേക്കു
ചുരുക്കീ മാനവമൂല്യം;
ഒരു വോട്ടിലേക്കും
ഒരക്കത്തിലേക്കും.

ഒരു വസ്തുവാക്കിച്ചുരുക്കിക്കളഞ്ഞു;

ഒരു മനസ്സായി മനുഷ്യനെ നോക്കാതെ
താരധൂളികളാൽ തീർത്ത വിസ്മയമായിക്കാണാതെ
പാഠശാലയിലും
തെരുവിലും
രാഷ്ട്രീയത്തിലും
ജീവിതത്തിലും
എന്തിന് മരണത്തിൽപ്പോലും.
എവിടെയുമിങ്ങിനെ മനുഷ്യനെ ചുരുക്കിച്ചുരുക്കി...

(മോഹം, അല്ല)
വ്യാമോഹം

ഉറക്കത്തിൽ കാതിലൊരിരമ്പം കേട്ടു.

മഴയിരമ്പുന്നതാണെന്നു തോന്നി.
അല്ല, കടലിരമ്പുന്നതാണെന്നു കാതു കൂർപ്പിച്ചപ്പോൾ തോന്നി.
അതോ, കാറ്റോ?

അല്ല, അല്ലേയല്ല.
ഉറക്കാത്തിലാരോ എന്റെ സ്വപ്നങ്ങളെ ബലാൽക്കാരം ചെയ്യു
മ്പോഴുള്ള
അലമുറയിരമ്പിയതാണ്.

കാതുമുറിച്ച് ഒരു വാൻഗോഗ് ആയാലോ എന്നു സ്വൽപ്പം വണ്ടറടിച്ചു.
കാതില്ലെങ്കിൽ കണ്ണട വെക്കാൻ പറ്റില്ലാലോ എന്നു ഭയന്ന്
വാൻഗോഗായില്ല.
സുഖമായുറങ്ങി.

നേരം പുലരട്ടെ.
ഒരു ഗ്ലർണിക്കാ വരക്കാം.

(മനം)

മാറ്റം

പ്രേമം
കൌമാരത്തിലൊരു പനിയായിരുന്നു;
ദേഹം ചുട്ടു നീറുന്നൊരു കക്കയും.

യൌവ്വനത്തിലതൊരു കൊടുങ്കാറ്റ്.
മനം ക്ഷുബ്ധാംബരം, സ്വപ്നാക്രാന്തം.

ഇന്നതോ ഇളംകാറ്റ്.
വിശ്വത്തെയാകെയാശ്ലേഷിക്കുമൊരുമധുരമഴ ഹൃദയം.

ചുണ്ടിൽനിന്ന ചിരി മായുന്നേയില്ല, മറയുന്നേയില്ല.
ചൂളംവിളി നിൽക്കുന്നേയില്ല;
മൂളിപ്പാട്ടും.

ശിവനേ!

(സ്വത്വ)

ചിന്ത

പൂവിനെ പുല്ലെന്നു വിളിച്ചാൽ
പൂവു പുല്ലാകുമോ?
പുല്ലു പൂവാകുമോ?
പൂവും പുല്ലുമല്ലാതെയാകും
ഒരു പുല്ലിനും കൊള്ളാതെയാകും

ഉള്ളത് ഉള്ളതുപോലെ പറയാതിരുന്നാൽ
ഉറിയും ചിരിക്കാതാകും
ഉത്തരത്തിൽ ചത്തിരുന്നാലും
താങ്ങിനിർത്തുന്നത് താന്തന്നെയാണെന്നു തോന്നും
താന്തോന്നിയാകും
തന്തയും തള്ളയും പെണ്ണും പിള്ളയും
മൂവട്ടും തള്ളിപ്പറയും
ചന്തയിൽ വിലയില്ലാതാകും
അന്തകചിന്തയിലും പെടാതെ നിതാന്തം
ഒരശ്വത്ഥാമാവായി (മാടമ്പു കുഞ്ഞിക്കുട്ടനായി)
അലയേണ്ടിവരും
ഒന്നായതിനെ രണ്ടാക്കീട്ടും
രണ്ടായതിനെ പലതാക്കീട്ടും
(ഇ പി രാജഗോപാലന്റെ) 'പലമ'യായി
ഇണ്ടൽപൂണ്ടു മണ്ടനായിരിക്കേണ്ടിവരും

ആയതിനാൽ
പൂവിനെ പൂന്തെന്നലെന്നോ പുല്ലെന്നോ വിളിക്കാതെ
പൂവെന്നു വിളിക്കാം

പൂവ് പൂവായ് വിരിയട്ടെ
പുഴു പുഴുവായിഴയട്ടെ
പുഴ പുഴയായ് ഒഴുകട്ടെ.

(അതിവാചാലമായിത്തന്നെ)

ഫ്രഷാങ്ങിന്*

ബോംബെയിൽ പണ്ടു ബോംബു പൊട്ടിയപ്പോൾ
ഫ്രഷാങ്
നീയൊരു ഇതിഹാസമെഴുതി
പരിഹാസവും ഖേദവും ക്രോധവുമിഴചേർത്ത്
ഒരിതിഹാസകവനം
ഭാരതമോ ഭാഗവതമോ അല്ല
ഒരു നഗരഖാണ്ഡവത്തിന്റെ ദഹനകഥ

കരഞ്ഞും കോപിച്ചും
കരുണയറ്റ കാലത്തെശ്ശപിച്ചും
മെഴുതിരി കത്തിച്ചു നമസ്കരിച്ചും
മനുഷ്യർ മുറിവുകൾ സഹിച്ചു
അന്യോന്യം അവിശ്വസിച്ചു
മരിച്ചതന്യരല്ലോയെന്നു സമാശ്വസിച്ചു

പയ്യെപ്പയ്യെ ജീവിതം
അശ്ലീലശീലങ്ങളിലേക്കു മടങ്ങി വന്നു

അഴിമതിയിൽ അഭിരമിച്ചും
അയൽക്കാരിൽ അസൂയപൂണ്ടും
പെണ്ണിനെ നോവിച്ചും
പിള്ളകളെ കരയിച്ചും
പണമുള്ളവനെ തൊഴുതും
അതില്ലാത്തവനെ തൊഴിച്ചും
കത്രീനയുടെയും ഐശ്വര്യയുടെയും
മാറിടുക്കും തുടക്കാമ്പും നോക്കി നാക്കൊലിപ്പിച്ചും
ചൂതാടിയും
കൂത്താടിയും
കൊണ്ടും കൊടുത്തും
കട്ടും കവർന്നും

കക്ഷിചേർന്ന് പക്ഷം പിടിച്ചും
ജാതിപ്പോരടിച്ചും
ആഭിചാരം ചെയ്തും
വ്യഭിചരിച്ചും
ജീവിതം പഴയവഴിയൊഴുകവേ...

മരണത്തിന്റെ മൊത്തവ്യാപാരികൾ
രംഗബോധമോ (എം. റ്റി.യേ!) ചരിത്രബോധമോയില്ലാത്ത
കോമാളിക്കൊലയാളികൾ
ആസ്പത്രിയിലുമമ്പലത്തിലും
പാർക്കിലും പള്ളിയിലും
പാർളിമെന്റിലും പാഠാലയത്തിലും
ഒളിബോംബുകളുമായി വീണ്ടും...

നരകം കണ്ട ദാന്തേയെപ്പോലെ
ഫ്യൂഷാങ്
നീ വീണ്ടുമെഴുതാം ഇതിഹാസം
വിരണ്ടും വിധിവൈപരീത്യമെന്നു വിലപിച്ചും
മെഴുതിരികൾ കത്തിച്ചേക്കാം നാം
ചോരയും പുകയുമാറുമ്പോൾ മടങ്ങും നാം വീണ്ടും
നമ്മുടെ കുത്തുകളിലേക്കും കുന്നായ്മകളിലേക്കും...
വിപത്തിന്റെ വന്മരങ്ങൾ വളരാനുള്ള കൊച്ചുവിത്തുകളെറിയുന്നത്
നാം തന്നെയെന്നറിയാതെ

പി.എസ്:
കൂലിപ്പണിക്കാരന്റെ സൈക്കിളിൽനിന്നും
കുചേലന്റെ ഒരു പിടി അവിൽപോലുമില്ലാത്ത
റ്റിഫിൻബോക്സിൽനിന്നും
ഏതു തൂണിൽനിന്നും തുരുമ്പിൽനിന്നുമേതുനേരത്തും
തിരനീക്കിവരുമീ നരജന്തുവിനെയാരാണ്
ജിഹാദിയെന്നു വിളിച്ചത്?
തൊട്ടതെല്ലാം ചാരമാക്കുമീ നരഭൂക്കിനെ

മുജാഹീദിനെന്നു വിളിച്ചതാർ?
ഒളിയമ്പെയ്യുന്നവൻ രാമനായാലും അധമൻ തന്നെ
കുഴിബോംബുനട്ട് കുരുതി കൊയ്യുന്നവൻ ഹറാമിയല്ലാതെ
ജിഹാദിയാകുന്നതെങ്ങിനെ?
ഒളിബോംബുകൾ നിരാലംബരെ നിലംപരിശാക്കുമ്പോൾ
ക്രോധത്താൽ കരഞ്ഞു പാടുന്ന ഹ്രഷാങ്
നീയാണ് ജിഹാദി

* ഇന്ത്യനിംഗ്ലീഷ് ഗേ കവി ഹ്രഷാങ് മർച്ചന്റിന്റെ 'ബോംബെ'എന്ന
കവിത തുടങ്ങുന്നതിങ്ങനെയാണ്:
This is an attempt
to write an epic
It's not Homer but Hell.

(അനുരാഗമെന്തെന്ന്)
എനിക്കറിയില്ല

അനുരാഗമെന്തെന്ന് എനിക്കറിയില്ല.
പക്ഷെ, നിന്നെ കാണുമ്പോൾ എന്റെ കണ്ണു തിളങ്ങുന്നതറിയാം.
കേൾക്കുമ്പോൾ കാതു കുളിരുന്നതറിയാം.
നിന്റെ ചിരിയുടെ പുലർകാലവെയിലിൽ ഉരുകിയില്ലാതാകുന്നത
റിയാം.
നീ തൊടുമ്പോൾ ഞാൻ സീത തൊട്ട അശോകമാകുന്നതറിയാം.
നിനക്കരികിലിരിക്കേ,
വാക്കുകൾക്കർത്ഥമില്ലാതാകുന്നതും
മൗനം സാരഗർഭമാകുന്നതുമറിയാം.
പക്ഷെ, അനുരാഗമെന്തെന്ന് എനിക്കറിയില്ല.

(ഷേക്സ്പിയറുടെ)
ഹാംലെറ്റ്

കലാശാലയിൽനിന്നു മടങ്ങിവന്നപ്പോൾ
രാജ്യത്തൊരു പ്രേതം,
ഒരു രാജ്യദ്രോഹി,
തിടുക്കത്തിലൊരു കല്യാണം,
തിക്കും തിരക്കിയുമൊരു പ്രേമം.

പിന്നെ ശങ്കകൾ,
ആശങ്കകൾ.
സ്വയം നാടകമാടിയും
മറ്റുള്ളവരെ നാടകമാട്ടിയും
നേരിന്റെ കയ്പ്പുള്ള നടുവിലെത്താൻ...

ഒടുവിലെല്ലാറ്റിനും ഒടുക്കം.
ഏവർക്കും... ഒട്ടുമിക്കവർക്കും ഒടുക്കം.

ഇ(ഉ)റക്കം

ഉച്ച കഴിഞ്ഞു.
വെയിലു താണു.
നിഴലുകൾ നീണ്ടു.
ഇരുട്ടിന്റെ പട്ടുമായി സന്ധ്യ വരാറായി.

ശരീരമയച്ചു കിടക്കുക.
കൈകാലുകൾ അൽപ്പമകറ്റി വെക്കുക.
കൈപ്പടം മുകളിലേക്കാക്കുക.
കണ്ണുകൾ പതിയെ അടക്കുക.

ഇ(ഉ)റങ്ങാറായി.

(വികാരം ബാധിച്ച ഒരു)
ഓണവിചാരം

മാവേലി വാഴുന്ന ദേശമല്ലെങ്കിലും
മാനുഷർക്കൊന്നെന്ന ബോധമില്ലെങ്കിലും
ഓണം വരുമ്പോൾ മൃദുവായ് മനസ്സിലൊ-
രീണം മുഴങ്ങുമിപ്പോഴും.

തുമ്പി തൻ വർണങ്ങൾ;തുമ്പ തൻ പാൽച്ചിരി;
ആകെച്ചിരിച്ചുകുഴഞ്ഞു കണ്ണീർവന്നു
നാണിച്ചുനില്ക്കുന്ന താമരത്താരുകൾ;
ഒച്ച വെച്ചെങ്ങും പറക്കുന്ന പക്ഷികൾ;
ഒച്ചയില്ലാതെ പൊഴിയുന്ന ചുമഴ-
യപ്പൊഴും പൊൻകാന്തി പോകാതിളംവെയിൽ.

ആമ്പൽച്ചിരിയുള്ള തണ്ണീർത്തടങ്ങളും
പച്ചക്കരയുള്ള തോട്ടും കുളങ്ങളും
ചാണക മുറ്റത്തെ വർണക്കളങ്ങളും
സ്വർണഭാരത്താൽത്തളർന്ന നെൽപ്പാടവും
പുത്തനുടുപ്പിന്റെ ഹൃദ്യമാം ഗന്ധവും

കൂട്ടുകാരൊത്തു കളിച്ചുചിരിച്ചതു-
മോണക്കളികളിൽ മത്സരിച്ചാർത്തതും
ഉച്ചയ്ക്കു വയറുനിറയെക്കഴിച്ചതും
അങ്ങകലത്തുള്ള കൊട്ടകയിൽപ്പോയി
പ്രേംനസീർച്ചിത്രങ്ങൾ കണ്ടുരസിച്ചതും
രാത്രിയിലോണനിലാവുണ്ട് തൃപ്തിയായ്
നീർത്തിയ പായയിൽ നീണ്ടുകിടന്നതും

ഓണംവരുമ്പോൾ മനസ്സിലൊരായിരം
ഓർമകൾ ഓണമായെത്തു,മന്നൊക്കെ-
യോണം സമൃദ്ധിതൻഹർഷപ്രതീകം.

കാലം കൃഷിയുഗ, മണ്ണുള്ള ജീവിതം
കൂട്ടുകുടുംബത്തിലല്ലോയധിഷ്ഠിതം.
ഇന്നു വിജ്ഞാനയുഗമെല്ലാറ്റിനും
പേപിടിപ്പിക്കുന്ന വേഗവും താളവും.
തങ്ങളിൽത്തങ്ങളിൽ നേരിട്ടുകാണാതെ
ബന്ധപ്പെട്ടുന്നവരായ് വിശ്വമാനവർ.
വെബ്ബിലൂടെത്തുന്ന രൂപവും ഭാഷയും
വ്യക്തം നിഴൽക്കൂത്തുപോലായി ജീവിതം .

മായയാമീമഹാവിശ്വത്തിലതിലേറെ
മായമായ് മാറി മനുഷ്യന്റെ ജീവിതം.
ഇന്നന്യരാജ്യം സ്വദേശം, സ്വരാജ്യമോ
അന്യദേശംപോലോരവ്യക്ത ഭൂപടം.
എങ്കിലുമോണം വരുംപോഴൊരായിരം
ഓർമകളൊന്നിച്ചുണരുന്നു മാനസേ.
ലക്കുകേട്ടോട്ടുന്ന ജീവിതംപെട്ടെന്ന്
നിശ്ചലമായൊരുമാത്ര നിന്നുപോം.

സംവൽസരത്തിലൊരിക്കലാണെങ്കിലും
സന്തോഷ മേകാൻവരും തിരുവോണമേ
മുങ്ങിക്കുളിച്ചുതൊഴുന്നു സവിസ്തരം
ഭംഗിമങ്ങാതെയിരിക്കട്ടെയോർമ്മകൾ.

(ഒരു പുരാണം പറച്ചിൽ)

പുഴ പുരാണം

പുഴ ഒഴുകുകയായിരുന്നു.
അരുത്,
ഒഴുകിയൊഴുകി നീ ഇല്ലാതായിപ്പോകുമേ
എന്നു പുഴയോട് പാടിനോക്കി.
പാടുന്ന പുഴ ചിരിച്ചു:
ഒഴുകിയില്ലെങ്കിലെങ്ങിനെ പുഴയാകും?
കുളമായികുടുങ്ങിപ്പോകില്ലേ?
ഒരു ഭാരതപ്പുഴയോ
ഒരു കേരളപ്പുഴയോ
മിനിമം ഒരു കോരപ്പുഴയെങ്കിലുമാകണമെങ്കിൽ
ഒഴുകണ്ടേ?
ഒഴുകിക്കൊണ്ടേയിരിക്കണ്ടേ?
ഇങ്ങനെ നിന്നാ പറ്റില്ലല്ലോ!

ഒഴുകിയാലേ പുഴ പുഴയാകൂ
എന്നീ പുഴയോടാരു പറഞ്ഞു?
പഞ്ചസാര എപ്പോഴും മധുരിക്കണമെന്നുണ്ടോ?
കർണൂലിലെ കരിമ്പു കൃഷിക്കാരോട് ചോദിീര്.
പഞ്ഞി നൂറ്റാൽ നൂലു കിട്ടണമെന്നില്ല.
നൂറ്റു കിട്ടുന്നത് തൂക്കു കയറുമാകാം.
പരുത്തികൃഷിക്കാരോട് ചോദിക്കൂ.
നെല്ലു കുത്തിയാൽ അരിയല്ല കൊലച്ചോറാകുമെന്നാണ്
വിദർഭയിലെ കർഷകർ പറയുന്നത്.

എന്നിട്ടും പുഴ മുമ്പോട്ടൊഴുകി.
ഒഴുകിയൊഴുകിയൊടുവിലില്ലാതായി
മണൽപ്പുഴയായി.
മണൽപ്പുഴയെന്നു പറയാമോ?
മണൽ നമ്മൾ വാരുകയല്ലേ?
വാരികാശാക്കുകയല്ലേ?

അപ്പോഴിത് ക്യാഷ് പുഴ
കാശിപ്പുഴ
ഇതിൽ മുങ്ങുന്നവന് മോക്ഷം ഗ്യാരണ്ടി
തെലുങ്കർക്ക് പ്രത്യേകിച്ചും.

ആർത്തൻ

– മുഖമെവിടെ?
– ഫെയ്സ് ബുക്കിൽ
– സ്വരമെവിടെ?
– ട്വിറ്ററിൽ
– വീട്
– സ്പെയ്സിൽ
– നാട്?
– നാടോടിയാണ്
– ഓടുന്നതെന്തിന്, നടന്നുകൂടെ?
– ജീവിതം ഫാസ്റ്റ് ലെയ്നിലാണ്
– ആഹാരം?
– അതും ഫാസ്റ്റാണ്
– നിദ്ര?
– നിദ്രയില്ല (നിശയിങ്കൽപ്പോലും), സ്വപ്നങ്ങളേയുള്ളൂ
– സ്വപ്നങ്ങൾ അവസാനിക്കുമ്പോൾ?
– അവയ്ക്കന്തമില്ല
– ആർത്തിയാണല്ലേ?
– അല്ല, ഒരു പാവം ആർത്തൻ

ഒരു വിപ്ലവകാരിയുടെ ജനനം

കൊതുക് കടിക്കുമെന്ന് പേടിച്ചാണ് ഫാനിട്ടത്. ഫാനിട്ടപ്പോൾ കാറ്റ് കടിക്കാൻ തുടങ്ങി. കാറ്റുകടി പേടിച്ച് പുതപ്പു വലിച്ചു മേലിട്ടു. അപ്പൊ പുതപ്പ് കടിക്കാൻ തുടങ്ങി. പുതപ്പും കൂടി കടിച്ചപ്പോൾ ഉറക്കം മതിയാക്കി; ലോകത്തെ കടിച്ചു കുടയാൻ തുടങ്ങി. അങ്ങിനെയാണിവൻ വിപ്ലവകാരിയായത്.

(ഉള്ളത് പറഞ്ഞാൽ)

ഉറി കരയുമോ?

നാടോടുമ്പോൾ നടുവേ ഓടാത്തതു കൊണ്ടാകണം
നടുവൊടിഞ്ഞു പോയത്
ഒടിഞ്ഞതാണെങ്കിലും ഒരു നടുവുണ്ടല്ലോ
എന്നതൊരാശ്വാസം
ചേര തിന്നുന്ന നാട്ടിൽച്ചെന്ന് നടുക്കണ്ടം കിട്ടാത്തതിനാൽ
വാൽക്കഷണം തിന്നേണ്ടി വന്നു
വാലല്ലേ തിന്നത്
ഒരു വാല്മീകിയെങ്കിലുമാകുമെന്ന് വിശ്വസിച്ച
പുല്ല്!വല്മീകമായിപ്പോയി
ചങ്ങാതിയില്ലാത്തതിനാലും
ഉണ്ടായാൽത്തന്നെ നന്നാവില്ലെന്നതിനാലും
കണ്ണാടി കുറേ വാങ്ങിത്തൂക്കി
അത്ര വിരൂപമല്ലെങ്കിലും മുഖം
കണ്ണാടി കാണുമ്പോളവും നന്നെന്നു നിരൂപിക്കാമല്ലോ
കാണുമ്പോൾ അരൂപിയല്ലല്ലോയെന്ന് സമാശ്വസിക്കുകയുമാവാം
ഒരുമയില്ലാത്തതിനാൽ ഉലക്കമേൽ കിടക്കേണ്ടി വന്നില്ല
വേണമെന്നില്ലാത്തതിനാൽ വേരിൽ
ചക്കയുണ്ടോയെന്നും നോക്കിയില്ല
ചക്കവീഴുമെന്നും മുയൽ ചാകുമെന്നും പേടിക്കാനില്ല
കള്ളനെങ്കിലും കള്ളനായതുകൊണ്ട്
ആരും നമ്പില്ല
നൻപും അൻപുമില്ലാത്ത ലോകത്ത്
ആർക്കും തമ്പിയാകേണ്ടല്ലോ എന്നൊരാശ്വാസം
ഇത്ര പറഞ്ഞിട്ടും നിങ്ങളാരും ചിരിക്കാത്തതിനാൽ
ഇനി ഉറിയോട് പറഞ്ഞു നോക്കാം
ഉള്ളത് പറഞ്ഞാൽ ഇനിയെങ്ങാനും ഉറി കരയുമോ എന്തോ?

(കാമമേ നീ തന്നെ)
സർവ്വത്തിനും മൂലം

അവന്റെ ജനനേന്ദ്രിയത്തിൽനിന്ന് അവളുടെ ജനനേന്ദ്രിയത്തിലേക്കുള്ള ദൂരത്തെ അവർക്കിടയിലെ വികാരതീവ്രത കൊണ്ടു ഗുണിച്ചാൽ കിട്ടുന്ന ഫലത്തെ കാമമെന്നു പറയുന്നു (ആഖ്യയും ആഖ്യാതവും ശരിയോ, എന്തോ? ആഖ്യാതാവ് ശരിയല്ല എന്നത് തീർച്ച).

കാമം കുന്നും കാടും കയറുമ്പോൾ
ആരെങ്കിലും തളയിട്ടാൽപ്പിന്നെ
വിരഹം.
വിരഹത്തിൽ വെന്തു വെണ്ണീറ്റായാൽ
പ്രേമം.
പ്രേമത്തിന്റെ വെണ്ണീറ് പൂശി നാട്ടിലേക്കിറങ്ങിയാൽ
പലവിധകാമങ്ങളാൽ പരവശരായ പരിഷകളോട്
അനുതാപം.
അതു മൂത്ത് മൂർത്തിയിൽക്കേറിയാൽപ്പിന്നെ
ജനസേവനം
സമാജ് സേവാ.
അറിയില്ലാത്തവർക്ക് അരി
അതുള്ളവർക്ക് തുണി
പുരയില്ലാത്തവർക്ക് പുരകെട്ടിക്കൊടുക്കൽ
താലികെട്ടാനാകാതെ വിരണ്ട് നടക്കുന്നവർക്ക്
കൂട്ടക്കല്യാണം.

കാമമേ നീ തന്നെ സർവ്വത്തിനും മൂലം. ആദിമൂലം.

(സന്ധ്യകളില്ലെങ്കിൽ)
സ്കിറ്റ് സോഫ്രീനിയ

രാവിലെ മുഴുവൻ ഡോക്ടർ ജെക്കിൽ
രാത്രിയായാൽ മിസ്റ്റർ ഹൈഡ്
സന്ധ്യയാകുമ്പോഴാണ് കുഴപ്പം
പ്രദോഷത്തിലും പ്രഭാതത്തിലും
ജെക്കിലുമല്ല ഹൈഡുമല്ല
അപ്പോൾ ഡോസ്റ്റർ ഹെക്കിലായേക്കാം
അല്ലെങ്കിൽ മിക്റ്റർ ജെയ്ഡായേക്കാം

സന്ധ്യകളില്ലെങ്കിൽ പ്രതിസന്ധികളില്ലായിരുന്നേനെ.

(ദാഗ് അച്ഛാ ഹൈ)

കറ നല്ലതാണ്

കറ നല്ലതാണ്
അല്ലെങ്കിലെങ്ങിനെ സോപ്പ് ചെലവാകും?
കറപ്ഷൻ അതിലും നല്ലത്
അല്ലെങ്കിൽ കോർപറേറ്റുകളെങ്ങിനെ ജീവിക്കും?
ആർത്തിയും നല്ല കാര്യം തന്നെ
എങ്കിലല്ലേ മാർക്കറ്റ് വളരൂ
ഓണം പിറന്നാലും ഉണ്ണി പിറന്നാലും
അപ്പോഴല്ലേ കോരന് കുമ്പിളിൽ പിത് സാ തിന്നാനാകൂ

കടവും തവണയേർപ്പാടുകളും
വളരെ വളരെ നല്ലത്
ചുണ്ടങ്ങാ മാത്രയിൽ പണം കൊടുത്ത്
വഴുതിനിങ്ങാ വലുപ്പത്തിൽ കാര്യം സാധിക്കാമല്ലോ?
തിരിച്ചടക്കുമോ
പിടിച്ചെടുക്കേണ്ടി വരുമോ
എന്നതപ്പോൾ നോക്കിയാൽ പോരെ?
അപ്പോഴേതെന്നുമെന്തെന്നു (എൻ. എൻ. കക്കാടേ) മാർക്കറിയാം!
ഇപ്പൊഴീ ബാങ്കുകളിൽ വ്യാപാരം പൊടിപൊടിക്കട്ടെ

ബുദ്ധനും ഗാന്ധിയും മാർക്സും തെരേസയുമൊക്കെ നല്ലതു തന്നെ
ചുവരിൽ തൂങ്ങാൻ
മാലോകരെല്ലാരെയും ഒന്നു പോലെയാക്കുന്ന
മാർക്കറ്റിനെക്കുറിച്ചവർക്കെന്തറിയാം?

(കാളിപ്പോയ)
കണ്ണൻ

പണ്ടെനിക്കുണ്ടായിരുന്നുപോലൊരു ഭാഷ
പൊന്നുഷസ്സുപോൽ ഓജസ്സാർന്നതാം ഭാഷ
കർണ്ണപീയൂഷം ഭാഷ, രാസനാമൃതമാമൊരു ഭാഷ
മൊഴിയുന്നതൊക്കെയും മൗക്തികമാക്കും ഭാഷ

അന്നു ഞാനമ്മയ്ക്കു കണ്ണനുണ്ണിക്കണ്ണൻ
വെണ്ണതിന്നെത്രയും കൊഴുത്തവൻ, മുകിൽവർണ്ണൻ
പൈക്കളെ മേയ്ക്കുന്നവൻ, കുടിച്ച പൈമ്പാലൊക്കെ
മുടക്കമില്ലാതോടക്കുഴലിൽ ഗാനമായ് ചുരത്തുവോൻ

ഇന്നെന്റെ നാവിൽ പുളയും വിഷമേറ്റു ഭാഷയാണാവോ?
കർണ്ണശൂലമാം ഭാഷ, രസനാമ്ലമാകും ഭാഷ
ഇന്നു ഞാനമ്മയ്ക്കു കാളിയൻ, ചുടലയിൽ
വെണ്ണീറിലുന്മത്തനായാറാടിനിൽക്കുന്നവൻ
കയ്യിലും കഴുത്തിലും നാഗവളയണിയുന്നോൻ
പുരുഷനും സ്ത്രീയുമല്ലർദ്ധനാരീശ്വരൻ

ഭാഷണം പാഷാണമായി, ഭൂഷകൾ കിരാതമായ്
നിത്യവുമശിക്കുവാൻ കാളകൂടവുമായി

എങ്ങിനെ കടൽനീലവർണ്ണനാം കണ്ണനിൽ
തിങ്ങിയ കാളായവർണ്ണം കലർന്നുപോയ്?
ആദ്യമൊരു കണ്ണൻ, പിന്നെയൊരു കാളിയൻ
ആരു ഞാൻ? കടങ്കഥയിതിനെന്തൊരുത്തരം?

(കർണ്ണാടക അസംബ്ലിയിലിരുന്ന് ചില മന്ത്രിമാർ സെൽഫോണിലൂടെ പോൺ നോക്കിയിരുന്നതിനെ തുടർന്ന്)

മന്ത്രിയായാലും മനുഷ്യനല്ലേ?

മന്ത്രിമാരാണെങ്കിലും ഞങ്ങളും മനുഷ്യരല്ലേ!
ചോരയും നീരുമുള്ളവരല്ലേ?
മോഹങ്ങൾ മുരടിച്ചിട്ടില്ലല്ലോ
മോതിരക്കയ്യും...

ചില്ലുമേടയിലിരിക്കുന്ന ഞങ്ങളെ
കല്ലെറിയരുത് നിങ്ങൾ!
നിങ്ങളിൽ വില്ലന്മാരല്ലാത്തവർ കല്ലെറിയട്ടെ
അതല്ലേ യേശുമതം?
പല്ലില്ലാത്തവർ കടിക്കട്ടെ
എല്ലില്ലാത്തവർ എഴുന്നേറ്റ് നിൽക്കട്ടെ
അല്ലാത്തവർ സ്വന്തം പല്ലിട കുത്തിയിരിക്കട്ടെ

ഇടംകരണത്തടിക്കുന്നവൻ
വലംകരണംകൂടികാട്ടണമെന്നുമില്ലേ ക്രിസ്തുമതം?
ഉടുമുണ്ടുരിയുന്നവന്
അടിമുണ്ടുകൂടിയുരിഞ്ഞുകൊടുക്കണമെന്നല്ലേ
അതിന്റെയൊരു പരംപൊരുൾ?
പൊരുളറിയാത്ത നീങ്കൾ ബഹുവിധബഹുജനമേൽപ്പിച്ച
ഭരണഭാരം
(ഗർദ്ദഭം കുങ്കുമം പോലെ) ചുമക്കുന്ന ഞങ്ങൾ
നീങ്കൾക്കു ദു:ശകുനമോ!

കണ്ണുള്ളതുകൊണ്ടു കാണുന്നു
കണ്ടത് 'പോൺ' ആയിപ്പോയി
പോങ്ങന്മാർക്കതാണ് പരാതി
മോങ്ങാൻ മാത്രം തലയിൽ വീണത് തേങ്ങയല്ലല്ലോ
വെറുമൊരു 'പോൺ' അല്ലേ?

(അച്ഛൻ വിഷു കഴിഞ്ഞു മരിച്ചപ്പോൾ, അമ്മ മരിക്കാൻ തെരഞ്ഞെടുത്തത് വിശ്വമാതൃദിനമായിരുന്നു)

അമ്മയ്ക്ക്

പിറന്നപ്പോൾ നീ മുലപ്പാൽ തന്നു
മരിച്ചപ്പോൾ പാൽപ്പ്രഥമനും.

നീ കറന്നെടുത്ത പാലായിരുന്നു
ഞാൻ അതിൽ വീണ കാരസ്കരത്തിൻ കുരുവും
എനിക്കു ജീവിതം മധുരിക്കാൻ
നിനക്കു ജീവിതം കയ്പ്പുണമായിരുന്നു

ഞാൻ തപിച്ചപ്പോൾ നീ തണലായി
ഞാൻ ശാപമായപ്പോൾ നീ അനുഗ്രഹവും
ഞാൻ വിഷമായപ്പോഴൊക്കെ
ഭിഷഗ്വരയായി നീ
നീ ഒരോർമ്മയായപ്പോൾ
ഞാനോ ജീർണ്ണതയായി
അന്ധകാരാർണ്ണവത്തിലെ ആരും കേൾക്കാ നിലവിളിയായി

എന്റെ കിണററികിലെ നെല്ലിയായും
ജനലരികിലെ വേപ്പുമരമായും
തൊടിയിലെ പുളിമാവായും പുനർജ്ജനിച്ചത്
മറ്റാരുമല്ലെന്നെനിക്കറിയാം
മറ്റാർക്കുമതറിയില്ലെന്നും

വിജയൻ (എം എൻ) മാഷിനും സുകുമാർ (അഴീക്കോട്) സാറിനും

വടക്കേ മലബാറുകാർ രണ്ടും
പരക്കേ പ്രഖ്യാതി നേടിയോർ
ഒരാൾ തലശ്ശേരിയിൽത്തങ്ങി--
യപരൻ തൃശ്ശിവപ്പേരൂരിലും

പ്രഭാഷണപ്രതിഭകൾ രണ്ടും
പ്രകോപനതല്പരർ
ജനസാമാന്യത്തിനെന്നു--
മനന്തസ്നേഹമുള്ളവർ

വാഗർത്ഥങ്ങളിൽ വാളിൻ
മൂർച്ച ചേർത്തവർ രണ്ടുപേർ
ഒരാൾക്കു പ്രിയം ഗാന്ധി
മറ്റേയാൾക്കതു മാർക്സിസം
ഫ്രായിഡും യുംഗും ഫ്രമ്മും
തലശ്ശേരിക്കു വശഗതം
വേദവേദാന്തസാഹിത്യം
അഴീക്കോടിനാത്മഭൂഷണം

ധിഷണാശാലിയെങ്കിലും
വികാരജീവിയാണൊരാൾ
ധിഷണാഭീമനാമപരൻ
ഋഷിസമാനവിരാഗിയും

നിലാവിലിളംകാറ്റായി
ഒഴുകുമിതിലൊരാളങ്ങിനെ
ഇരുൾകീറുമനലനെപ്പോലെ--
യപരൻ സിംഹഗർജ്ജകൻ

ആശാൻ വരച്ചിട്ട സീതയെ
വലുതാക്കിക്കാട്ടിയതിലൊരാൾ
മേനോൻ വരച്ചിട്ടൊരാനയിൽ
കണ്ടു ആദിമചോദന മറ്റെയാൾ

ഒരാൾ കരയിപ്പിച്ചു
പാവം ജീ കുറുപ്പിനെ
മറ്റെയാൾ വിഷമിപ്പിച്ചു
ശ്രീയാം വൈലോപ്പിള്ളിയെ
ചെറുപ്പചാപല്യമെന്നോർത്തു
ക്ഷമിച്ചില്ലാരുമപ്പൊഴും

വിജയൻ നിന്നു മരിച്ചപ്പോൾ
അഴീക്കോട് കിടന്നു കടന്നു പോയ്
കടക്കാരായി ബാക്കി നിൽക്കുന്നു
മലയാളക്കരയിലെ മാനവർ

ഭാർഗ്ഗവരാമക്ഷേത്രത്തിലെ
ഭാസുരപ്രദീപമായിരുന്നവർ
ഒന്നൊന്നായ് പൊലിഞ്ഞു പോകുമ്പോൾ
കണ്ണിൽ നിറയുന്നു നീർക്കണം

(കരിവെള്ളൂർ അക്കാദമിയിൽനിന്ന് ചന്തേരക്കുള്ള വഴിയിൽ)

മാസാവസാനം

(വക്കീൽ മോഹനന്)

മാസാവസാനം
ജോലിക്കറ വീണ കൈകളിൽ
ഇച്ഛയുടെ ത്രൂപകംപോൽ ഒട്ടേറെ പച്ചനോട്ടുകൾ.

പാപത്തിൻ ശമ്പളം പണമായിട്ടാണിപ്പോൾ
വാങ്ങുവാനെന്നാലൊട്ടും ക്ലേസലില്ലൊരിക്കല്ലും

അച്ഛനു കമ്പിളിപുതപ്പ്, മ്മയ്ക്ക് ചിട്ടിപ്പണം
ആഴ്ചനേർച്ചപോൽ അനുജനയക്കുമപേക്ഷക--
ൾക്കൊക്കെയും ഡ്രാഫ്റ്റും സ്റ്റാമ്പും
അനുജത്തിക്കായുർവ്വേദവിധിയിൽ ചികിത്സകൾ

ഇതെന്തൊരു ദുർവ്വിധി
ഇനിയെന്നാണൊരു സദ്ഗതി
– ഹൃദയം വിറ്റാൽപ്പോലുമില്ല കാലണ ലാഭം

ലോട്ടറിയെടുക്കണമൊന്നിത്തവണയും
കീശയിൽക്കിടക്കട്ടെയിച്ഛ തൻ കൊടിക്കുറ
ജീവിതം ലളിതം, പക്ഷേ, ചിന്തകൾ മഹത്തരം
ഈ വിധമല്ലോ പണ്ടെൻ ഗുരുവരനരുൾചെയ്തു

കടകളിൽ കടം തരും കാരുണ്യനിധികൾതൻ
കടമിഴികടയുന്നുണ്ടാമെന്റെയീ വരവും നോക്കി
അർത്ഥസമ്പന്നമെൻ ജീവിത, മെന്നെകാത്തീ
കൊച്ചുപട്ടണത്തിലെത്ര ജീവികൾ വസിക്കുന്നു

ഒരു ചുംബനത്തിനുമൊരെസ്ക്രീമിനും
പിന്നെയൊരു സിനിമക്കും വേണ്ടി കാമുകി കൊതിച്ചേക്കാം

കൊതിയാണവൾക്കെന്നും, ഗതിയില്ലാതാകും, പക്ഷേ,
അവളെക്കൂടിച്ചേർത്താൽ ജീവിതസമ്പാദ്യത്തിൽ
വാടകയ്ക്കൊരു നീലാക്കാസറ്റുകണ്ടാൽ മതി--
യടങ്ങാനെല്ലാം, വെറുതേയെന്തിനു പ്രാരബ്ധങ്ങൾ!

ബന്ധങ്ങളെല്ലാം വെറും ബന്ധനമെന്നാണല്ലോ
ബന്ധുരമായിപ്പണ്ടു സിനിമാക്കവി പാടി
(എന്തൊരു ചിന്തകനാണാ സിനിമാക്കവി;
അന്തകചിന്തയുമതിനു കീഴേ വരൂ)

യാത്രാവസാനം
മുഖം നിറയെച്ചിരിയുമായ്
വീട്ടുമുറ്റത്തിതാ ദീപങ്ങനാളങ്ങൾ തിളങ്ങുന്നു
മാസാവസാനമെന്നിവറ്റയുമോർത്തിട്ടുണ്ടാ—
മാസുര പ്രകൃതികളല്ലെങ്കിൽ ചിരിക്കുമോ?

തറവാട്ടു കുളംതോണ്ടിക്കഴിപൂണ്ടവൻ കാർണ്ണോർ
തറയിലുറപ്പിച്ച വിളക്കിൽ നിറയെ സ്നേഹം
ധൂർത്തടിക്കുവാൻ മാത്രം സ്നേഹമാർക്കുണ്ടീ വീട്ടിൽ
ആർത്തി തീരാത്തവനാണു ദൈവമെന്നറിയില്ലേ?
പുകയില്ലാതെരിയുവാൻ പൂരിച്ച സ്നേഹം വേണം
പണമില്ലെന്നാകിൽ സ്നേഹവും ലഭിക്കുമോ!
സുരസ വാ തുറന്നപോൽ പിളർന്ന വാതിലിലൂടെ—
യടിവെക്കുകയാണു
ഭവനമേ
വിഴുങ്ങുക...

(ഹൈദരാബാദിൽനിന്ന് ചന്തേരയിലേക്കുള്ള വഴിയിൽ, ബസ്സിൽ)

കൂടണയുമ്പോൾ

മേൽ മുഴുവൻ പൊടിയും ചെളിയുമായി
മകൻ യാത്രകഴിഞ്ഞു മടങ്ങിയെത്തുന്നു.
അമ്മ ഒരു കുളിനീർക്കുളമാകുന്നു.

അവൻ അവളിൽ മുങ്ങിനീരുമ്പോൾ
കറതീർന്നൊരു കനകചന്ദ്രൻ .
അവളോ-
ചന്ദ്രോദയംകണ്ട കടൽ.

വഴിയിൽ അവനടക്കിനിർത്തിയ വിശപ്പൊക്കെയും
പെരുവാ പിളർക്കുന്നു.
അമ്മ ഒഴിഞ്ഞാലുമൊഴിയാത്ത അക്ഷയപാത്രമാകുന്നു.
ഒരുകീറു ചീരയിലകൊണ്ടവൾ
മകന്റെ ജഠരാഗ്നിയടക്കുന്നു.

പിന്നെ മകനുറങ്ങുമ്പോൾ
അമ്മ ദുഃസ്വപ്നങ്ങൾ കാണുന്നു.
വഴികളിലവൻ കണ്ട ചോരമുഴുവൻ
കണ്ണീരു കൊണ്ടു കഴുകുന്നു.

രാപ്പകൽ ചൂതാടുന്ന ഹസ്തിനപുരങ്ങൾ;
അച്ഛനമ്മമാരുടെ ആർത്തിതീർക്കാൻ
ജരാനരകളേറ്റുവാങ്ങുന്ന മക്കൾ;
വാണിഭക്കാർ സ്വയംവിൽക്കുന്നചന്തകൾ;
തന്നെവിറ്റിട്ടും ചോറുകിട്ടാതെ
കുഞ്ഞുങ്ങളെ വിറ്റുതിന്നുന്ന ഗ്രാമങ്ങൾ;

ദൈവങ്ങളുടെ ചതുരംഗം;
കറുപ്പുംവെളുപ്പുമായി ചേരിതിരിയുന്ന കരുക്കൾ;

കളംതെറ്റുന്ന കളികൾ;
കരുക്കളുടെ ഭ്രാതൃഹത്യകൾ;
ആനയും തേരും കുതിരയും കാലാളും
കൊന്നുതീരുമ്പോൾ മാത്രം രാജിയാകുന്ന രാജാക്കൾ.

മകനുണരുമ്പോൾ
അമ്മ ഉറങ്ങുന്നു.
കൈതവത്തിന്റെ കടലിൽ
ഒന്നുമറിയാത്ത പച്ചത്തുരുത്തുപോലെ
എന്നവൻ അനുതപിക്കുന്നു.
ചേരുമരക്കാട്ടുകളിൽ വഴിയറിയാത്ത കുട്ടിയെപ്പോലെ
എന്നമ്മ ഉറക്കത്തിൽ
കർക്കിടകത്തിലെകടൽ പോലെ പുലമ്പുന്നു.

പിന്നെ മകനിറങ്ങുമ്പോൾ
വെയിലിറങ്ങുന്നു.
സന്ധ്യയുമിരുട്ടും വീടണയുന്നു.
അമ്മ വിളക്കുവെക്കുന്നു.

'ദീപം, ദീപം.'

(കവികളുടെ കവിയെന്ന് സുഹൃത്തുക്കൾ വിശേഷിപ്പിക്കു മായിരുന്ന) **അജിതൻ കുറുപ്പിന്**
(മരണം:06 മാർച്ച് 2015)

ഇത്ര നിശ്ചലനായ്
ഇത്ര നിശ്ശബ്ദനായ്
ഇത്ര കാലവും നിന്നെ കണ്ടിട്ടില്ലിതേവരെ.

എന്തിനോ കാതോർക്കും പോൽ
എന്തോ ഓർത്തെടുക്കും പോൽ
ചില്ലുപേടകത്തിലെശ്ശീതവായുവിൽ നീ
പുതഞ്ഞു കിടക്കുന്നു.

അറിയാം നീയിപ്പോൾ നിറയും
നിശ്ശൂന്യതയെപ്പൊതിയും ഘടം മാത്രം.
അറിയാം
തീയില്ലാ തിരിയാണിപ്പോൾ നീ.

അറിയാം നീയിപ്പോൾ പഞ്ചഭൂതസംഘാതം മാത്രം.

സ്മൃതിയും സംസ്കാരസഞ്ചയങ്ങളുമായി
ഇവിടെ നീ ശങ്കിച്ചു തെല്ലിട നിന്നേക്കാം.
അതിനുശേഷം നീ പോകുന്ന വഴികളിൽ
ഗതകാലനന്മകൾ വെളിച്ചമായുണ്ടാകട്ടെ.

അരനാഴികനേരം പോയാൽ
വൈദ്യുതച്ചിതയിൽ നീ കത്തി-
യമരും, കനലാകും
പിന്നെയൊരുപിടിച്ചാരമായ് മാറും.

അതിലൊരു നുള്ളെന്റെ നെറ്റിയിൽ, നെഞ്ചിൽത്തൊട്ടു
പ്രണമിച്ച ശേഷം ഞാനും വിടവാങ്ങും.
പിന്നെ, നീ പൂച്ചിച്ച തള്ളിയ വിശ്വത്തിന്റെ

കർണ്ണശൂലമാമാരവക്കടലിൽ ഞാനാമഗ്നനാകും.
മൃത്യുവെ വിസ്മൃതമാക്കും ലോകത്തിന്റെ
ക്ഷുദ്രലീലയിൽ മുങ്ങിയും താണും, വീണ്ടും
പൊങ്ങിയും പോകെപ്പോകെ
വല്ല നാളിലും നിന്റെയോർമ്മകൾ വിരൽകൊണ്ട്
മെല്ലെയെൻ ഹൃദയത്തെ തൊട്ടു വിളിച്ചേക്കാം.

(ഒരു സാദാ മദ്ധ്യവർഗ്ഗ)

ഭാര്യയുടെ ചിന്തകൾ

(സുമതിക്ക്)

ബ്രാഹ്മമുഹൂർത്തത്തിലെഴുന്നേൽക്കും;
പരബ്രഹ്മം പോത്തായുറങ്ങും പതിദേവതയുടെ
കാൽതൊട്ടു കണ്ണിൽവെക്കും;
സ്വാപഭംഗം വന്ന കണവകണ്വൻ മാറിൽ തൊഴിച്ചാലതു
ശ്രീവത്സമായണിഞ്ഞു സ്നാനഗൃഹം പൂകും.

പൈപ്പുനീരിലും കണ്ണുനീരിലും കുളിച്ച്
അടുക്കളയിലെത്തും.
അടുക്കളയിൽനിന്നുമരങ്ങത്തേക്കെന്ന
ഫലിതം വെറുതേയോർക്കും.
മുട്ടോളം തുള്ളുന്ന ചെമ്മീൻ പിന്നെ
ചട്ടിയിലേക്കും തീമ്മേശയിലേക്കുമെന്നപോൽ
അടുക്കളയിൽക്കിടന്നൊരുമ്പെട്ടാൽ
കിടപ്പറവരെയെന്നോർത്ത്
അടുപ്പിൽ തീ തെളിക്കും.

ഒരുനാളിതേ തീതന്നെ
തന്നെ വിഴുങ്ങുമെന്നാശ്വസിച്ച്
കാന്തൻ കോന്തുണ്ണിക്കുള്ള ചായ കാച്ചും;
തുടികൊട്ടിപ്പാടിയുണർത്തി
കണ്ണും കരളും തെളിയാൻ ചായ കൊടുക്കും;
ദന്തക്ഷാളനസാമഗ്രികളും സ്നാനസാധനങ്ങളും നിരത്തും.
സ്നാനാനന്തരമണിയാനുള്ള തിരുവുടയാടകളും
തിരുവാഭരണങ്ങളുമൊരുക്കും.

ആടയാഭരണങ്ങളണിഞ്ഞു പതിത്തെയ്യമെത്തുമ്പോഴേക്കും
പത്രവും പ്രാതലും.
പ്രാതലിൽ ബാക്കിയായത് പ്രിയതമക്കു പ്രസാദം.

പതിബാധ പിന്നെ പടിയിറങ്ങുമ്പോൾ
പുറവുമകവും ശുദ്ധവാരാനായി നേരം.
പുത്തനച്ചിയല്ലാത്തതിനാൽ
പുരപ്പുറമൊഴികെ ബാക്കിയെല്ലാം തൂക്കുമ്പോഴേക്കും
അലക്കിനായി നേരം.
അലക്കൊഴിഞ്ഞെങ്കിലും കാശിക്കു പോകാമോ,
മരിക്കാനെങ്കിലും നേരമുണ്ടാകുമോ എന്നു സന്ദേഹിക്കെ
സൂര്യനുച്ചിയിൽ.

അടുക്കളയിൽനിന്നരങ്ങത്തേക്കു വീണ്ടും
ചോറും കറിയും.
ഉച്ചമയക്കത്തിനിടയിൽ കണവകണ്വനു മദംപൊട്ടിയാൽ
അവനൊത്തു സഹശയനം.

അന്തിയിരുളുമ്പോൾ
അവന്റെ കള്ളിനും കറിക്കും കൂട്ടുകാർക്കുമിടയിൽ
വിരസമെന്നുള്ളിൽ പരിഹസിക്കുമെങ്കിലും സരസയായി.
കുട്ടികളായി ചാത്തന്മാരില്ലാത്തതു സുകൃതം.

പിന്നെ
ഈ നിദ്ര അന്ത്യനിദ്രയാകട്ടേയെന്നു പ്രാർത്ഥിച്ച്
സ്വാപത്തിന്റെ അബോധത്തിലേക്ക്.

ഇതി ഭാര്യാപുരാണം സമാപ്തം.
ഇതു നിത്യം മൂന്നുനേരം പഠിച്ചാൽ
ഏതു ഭാര്യക്കും മുക്തി ലഭ്യം, തീർച്ച.

(അവനവന്)

ശങ്കി

സന്ദേഹമാണെപ്പോഴും.
പ്രേമിക്കുമ്പോഴും
പ്രാർത്ഥിക്കുമ്പോഴും
വളർത്തുമ്പോഴും
വിധിക്കുമ്പോഴും
വിശ്വസിക്കുമ്പോഴും
സംശയിക്കുമ്പോഴും
സന്ദേഹമാണെപ്പോഴും.

മരണം

കരിയിലകൾക്കിടയിലൊരു കരിങ്കാക്ക.
മരിച്ച ഒരു കരിങ്കാക്ക.

പ്രാർത്ഥനയിലെന്നപോലെ ചിറകുകൾ കൂമ്പി,
പ്രണാമത്തിലെന്നപോലെ തല താഴ്ന്ന്,
വാലു വിറങ്ങലിച്ചും
കൊക്കു കോടിയും.

ചുറ്റിനും
ഒന്നുമൊന്നിനും ഒരു മാറ്റവുമില്ല.

വെയിലു പതിവു പോലെ.
മേലെ നീലാംബരം മേഘശൂന്യം.
മരങ്ങളിൽനിന്നു മരങ്ങളിലേക്ക്
ഇക്കിളിയിട്ടു പോകുന്ന കാറ്റും പഴയ പോലെ.

ഒന്നേ, രണ്ടേ, മൂന്നേ...
ഇറ്റിറ്റുപോകുന്നു സമയധാര.

ഉറുമ്പുകൾ വരുമായിരിക്കും
ശവമെടുക്കാൻ.

വിഷു

(വരട്ടെ, അപ്പോൾ കാണാം)

വിഷു വരും
വിഷുക്കോടിയുടുക്കും
വിഷുക്കണി കാണും
വിഷുക്കൈനീട്ടം വാങ്ങും
വിഷുപ്പാട്ടു കേൾക്കും
വിഷുക്കഞ്ഞി കുടിക്കും
വിഷുക്കളികളാടും, കാണും
വിഷു വിരുന്നിനു പോകും
വിഷു വിരുന്നുകാർ വരും
ഫോണിൽ, ഋണിൽ. ഋരുമ്പിൽ, ഇൻടർഇൻട്രാനെറ്റുകളിൽ
വിഷുവാശംസകൾ വരും
ചിലപ്പോൾ സിനിമ കാണും
സുമരസമോ സോമരസമോ മോന്തും
സുമംഗലിയുമൊത്തു നേരമ്പോക്കുമുണ്ടാകും
എല്ലാം ശുഭമാകും... കാശുള്ളവന്.

അതില്ലാത്തവൻ പിണങ്ങും
വിഷു വിഷൂചികയെന്നു ദൂഷിക്കും
വിഷുപ്പക്ഷിയെ പൊരിച്ചു തിന്നും
കണ്ണനെ കിണ്ണാംകൃതിയാക്കും
'മാ നിഷാദ' എന്നു പറയുന്നവനെത്തട്ടി
'ഞാൻ നിഷാദൻ' എന്നു പറയും
വിഷു കാർഷികവും ആർഷവുമെന്നു പരാതിപ്പെടും.

വിഷുക്കഞ്ഞിയേക്കാൾ പൂരച്ചോറാണ് കാര്യമെന്നു വാദിക്കും
... പണമില്ലാപ്പരിഷകൾ.

സ്വഗതം

(പ്രകാശമായി)

വാഴ് വേ
വളരുംതോറും
പടിപടിയായി
നീയെന്തൊക്കെയാണെന്നിൽനിന്നും
കവർന്നത്!

എന്റെ ആർജ്ജവം;
നേരും നെറിയും
എന്റെ കളങ്കമില്ലായ്മയും വിസ്മയശേഷിയും
ഭയമില്ലായ്മയും ഭ്രാതാനുകമ്പയും
സഹനശേഷിയും
അപരരിലുള്ള എന്റെ വിശ്വാസവും.

പകരം നീയെനിക്കു തന്നതോ
ആർത്തിയുമസൂയയുമവിശ്വാസവുമക്ഷമയുമഹങ്കാരവും.

ഇതാണു വളർച്ചയെങ്കിൽ, പിന്നെ,
വീഴ്ച്ചയെന്താണ് വാഴ് വേ?
ഇതാണു വളർച്ചയെങ്കിൽ
എനിക്കു തളർന്നാൽ മതി.

പടുകിഴവൻ കിസ്സ

വയസ്സാകുന്നതിനു മുമ്പ് വയസ്സേറെയായാൽ
വരും പ്രയാസമെന്നു ശങ്കിച്ചേൻ.
ശേഷി കുറയും;
ശേമുഷിയും.

വയസ്സിനു വൃദ്ധിയായാൽ ബോധം ക്ഷയിക്കും.
രാജയക്ഷ്മാവും പിടിപെടാം.
ശേഷക്രിയക്ക് ഒരു എം സുകുമാരനെങ്കിലുമുണ്ടാകുമോ എന്നാശങ്കി
ക്കും.

വയസ്സേറെയായപ്പോൾ, പക്ഷെ, ഇതിലും വലിയ സുഖമില്ലെ
ന്നായി.
തലയിൽ മുടിച്ചൂടാമാനവനാകയാൽ താരനില്ല;
താരശല്യമില്ലെന്നും പറയാം.
താളി വേണ്ട.
നരച്ച നരജന്മമാകുമെന്നും പേടിക്കേണ്ട.
ഡൈ ഒട്ടു.
സോപ്പാകാം.
ചീർപ്പും കണ്ണാടിയും വേണ്ട.

ദുർബ്ബലം കണ്ണാകയാൽ രണ്ടായതെല്ലാം ഒന്നായിക്കാണാം.
ശത്രുവും മിത്രവും ഒരുപോലെ.
പാലിനും പാഷാണത്തിനും ഒരേ നിറം.
ഗദ്യത്തിനും പദ്യത്തിനും ഒരേ രസം;
മദ്യത്തിനും.
പകൽവെളിച്ചവും നിലാവെളിച്ചമായി.
നിലാവത്തിട്ട കോഴിയെക്കൂട്ടായി.
കൂവാൻ ഒച്ച പൊങ്ങില്ലെന്നു മാത്രം.

കാതുപതുക്കെയാകയാൽ നാദബ്രഹ്മത്തിന്റെ ശല്യമില്ല.
പരബ്രഹ്മത്തിനും പോത്തിനും ഒരേ നാദം.

അനാഹതശബ്ദം.
നാസികയുമനുഗ്രഹിച്ചു.
പൂവിനും പുരീഷത്തിനുമൊരേ മണം.
പണവും പിണവും സമാസമം.
സ്ഥിതപ്രജ്ഞൻ.

ഊണും ഉറക്കവും കമ്മി.
നടത്തം പമ്മിപ്പമ്മി.
എവിടെയെങ്കിലുമൊരു സ്വർഗ്ഗമുണ്ടെങ്കിൽ
അതിതല്ലെങ്കിൽപ്പിന്നെ ഇതെന്താണ്?

വളർന്നുവലുതായി ഒരു വൈദ്യനോ വക്കീലോ
ഒരു പോലീസെങ്കിലുമൊ ആകണമെന്നുറച്ചിരുന്നു.
വളർന്നു .
വലുതായി.
ഒന്നുമായില്ലെങ്കിലും വയസ്സനായി.
ഒരു കീറ്റ് സോ ചങ്ങമ്പുഴയോ പോലെ നിത്യഹരിതനായില്ല.
ഭാഗ്യം!

'God alters not what is with a people
until they alter themselves what is within them.'
Koran 13:11

അള്ളാഹ്ഹവിന്റെ ആത്മഗതം

ഇബനെപ്പടച്ച് ദുരിതത്തിന്റെ ഈ ദുനിയാവിലേക്ക് ബിട്ടപ്പോ ക്ലാക്കണ്ടത് എന്തെല്ലാർന്നൂന്റെ കോയാ!

ഇബൻ ബളരും.
ഇബൻബത്തുത്തപോലെ ബല്യോരാളാകും.
സുജായിയാകും.
കിത്താബോതും.
കൽക്കണ്ടത്തിന്റെ ഖൽബുള്ളബനാകും.

മൂത്തുബരുമ്പോ മുരിങ്ങക്കാപോലൊരു മൊഞ്ചത്തിക്ക മാരനാകും.
നല്ലോരിണയും തുണയുമാകും.
ഉമ്മക്കും ബാപ്പക്കും ഉമ്മുമ്മാക്കും ആബതില്ലാക്കാലം അത്താണി യാകും.
കുട്ട്യോൾക്ക് ബലമാകും ബമ്പൻ.

ഇബൻ ഇബനെ മാത്രമല്ല ഇബന്റെ അയലോതിയെയും സ്നേഹിക്കും.
പൈദാഹമുള്ളോർക്ക് തണ്ണീരും ബിരിയാണിയുമാകും.

അള്ളാ!
(പടച്ചോനേ,
ഞമ്മൾ ഞമ്മളെത്തന്നെയാണല്ല് ബിളിച്ച കേഴണത്!
അല്ല, അമനമനുണ്ടാക്കിയ കുരിശിക്കിടന്ന
ബേറെയാരെ ബിളിച്ച കേഴും കോയാ!)

ബളരുംതോറും, പക്കേങ്കില്, ഇബൻ ചെർതായ് ചെർതായല്ലെ ബന്നത്!
അയലോതിക്കാർക്ക്, നമ്പൂരിച്ചൻ പറയുംബോലെ, ചതുർത്ഥി യായി.

കേട്ട്യോൾക്കും കുട്ട്യോൾക്കും ചങ്കിലെത്തീയായി.
തെയ്യത്തോടു പറയാനുള്ള ആവലാതിയും വേവലാതിയുമായി
അലവലാതി.

കള്ളുപൊരക്ക് കാവലായി കാഫറ്.
ഇടബയ്യെ ബാല്യക്കാരത്തികൾക്ക് നടക്കാൻ പറ്റാണ്ടായി.
നായിക്കും പൂച്ചക്കും കണ്ടൂടാണ്ടായി ഹമുക്കിനെ;
കാക്കക്കും.
മൂലക്ക് കെടന്ന കോടാലി കാക്ക്ബെലിച്ചിട്ട ചേലായി.

പടച്ചബിടാനല്ലേ കോയാ ഞമ്മക്കു പറ്റൂ.
ബർക്കത്തുള്ളോനാകാനും ബെടക്കാകാനും
ഈ ഇബിലീസിനു തന്നെ തോന്നണ്ടേന്ന്!

കണ്ണാടിയും കണ്ണടയും

കണ്ണടവെക്കുന്നത് അപരനെക്കാണാൻ.
കണ്ണാടിനോക്കുന്നതോ
അവനവനെക്കാണാൻ.

കണ്ണാടിനോക്കുമ്പോൾ കണ്ണടയരുത്.
അവനവനെ കേവലതയിൽ കാണാൻ
നേത്രം നഗ്നമായേ തീരൂ.
അതിനാലാണ് മഹാവീരൻ
നേത്രം മാത്രമല്ല, ദേഹംതന്നെ നഗ്നമാക്കിയത്.

ആത്മദർശനം പോലല്ല
അപരദർശനം.
ആയതിന് കണ്ണടയനിവാര്യം.

ഹിതാനുസരണേന, പക്ഷെ, കണ്ണടകൾ മാറ്റിവെക്കാം.
ഗാന്ധിയുടെ ധർമ്മക്കണ്ണടയാകാം.
നെഹ്രുവിന്റെ സോഷ്യലിസ്റ്റു കണ്ണടയാകാം.
മൻമോഹന്റെ സ്വതന്ത്രവിപണിയുടെ ഉദാരക്കണ്ണടയാകാം.
കാരാട്ടിന്റെ ഇടതുകണ്ണടയോ
മേധയുടെ പെൺകണ്ണടയോ വെക്കാം.

കണ്ണാടിനോക്കുമ്പോൾ, പക്ഷെ, കണ്ണട മാറ്റുക.

കണ്ണാടിയിൽ തന്നെ പൂർണമായുംകണ്ടാൽ
പിന്നെ കണ്ണട വേണ്ട.
അവനവനെകണ്ടാൽപ്പിന്നെ
അപരനിലും അവനവനെയേ കാണൂ.

അവനവനെക്കാണാൻ കണ്ണട വേണ്ടല്ലോ.

(അച്ഛന്റെ ദിവസം)

അച്ഛാ ദിൻ

അച്ഛനങ്ങിനെയാണ്
പട്ടാളച്ചിട്ടയാണ്
കൽപ്പനകൾ കല്ലേപ്പിളർക്കും
എതിർപ്പ വകവെക്കില്ല
കേശവദേവിൻറേതായാൽപ്പോലും
(ആരു ക്ലൂവാ ഈ കേശബ്? അബനെപ്പഴാ ദേവനായത്?)

കിഴക്കു വെള്ള കീറുമ്പോ പായ വിടണം
(അതു കീറുന്ന പിശാശ് ചത്താ മതിയായിരുന്നു)
ഉടനെ യോഗ നിർബന്ധം
സർക്കസ്സു കഴിഞ്ഞാൽ വിദ്യാഭ്യാസം
അടിവരയിട്ടു മഞ്ഞളിപ്പിച്ചതു മാത്രം വായിക്ക
പാർത്ഥനെ പോലും പിടികിട്ടാതെ പോയ ഗീത അത്യന്താപേ
ക്ഷിതം
ആപേക്ഷികതാവാദം പഠിച്ചില്ലേലും പുല്ലാണ്

പിന്നെ തീറ്റ
തരുന്നതെന്തോ അതു തിന്നോണം
ഓണത്തിനായാലും വിഷുവിനായാലും
പശുവെ തിന്നരുത്
അതു മൃഗമല്ല, ഖഗവും
രണ്ടുമല്ലാത്ത ഒന്നിനെ തിന്നുന്നത് മ്ലേച്ഛന്മാരാണ്
താക്കോൽ കൊടുക്കാതരുണോദയത്തിൽ താനേ മുഴങ്ങുന്നവ
നാകാം
പനയെണ്ണയിലിട്ടു വേണം പൊരിക്കാൻ

കുടിയിലും വേണം ശ്രദ്ധ
ഇളനീരാകാം
പുളിപ്പിപ്പിച്ച കുടിക്കരുത്

ഉടുപ്പിലും വേണം ശ്രദ്ധ
നടപ്പിലും
പച്ചപ്പരിഷ്ക്കാരമൊക്കെ ഒരു വാഹയാണ്
പശ്ചിമം
പങ്കിലം
കിലുകിലും
നമുക്കൊക്കെ ഒരു സംസ്ക്കാരാമില്ലേ
പുണ്യപുരാതനസുന്ദരപാരമ്പര്യമില്ലേ

പണം അവനവൻ സമ്പാദിച്ചതായാലും
എത്ര കീശയിലിടാമെന്ന് അച്ഛൻ തീരുമാനിക്കും
മുക്കിമുക്കിച്ചെലവാക്കിയാ നിനക്ക് കൊള്ളാം
ധൂർത്ത് നല്ലതിനല്ല
അധികമായാൽ അമൃതും ഒരു വഹയാണെന്ന് കോപ്പിയെഴുതി
പഠിച്ചിട്ടില്ലേ

ലൌ നഹി നഹി
അതു ജിഹാദാണ്
മ്ലേച്ഛക്കൂട്ടത്തിനു ഹലാലെങ്കിലും നമുക്ക് ഹറാമാണ്
ഹേ റാം പ്രേമിച്ചിട്ടില്ലല്ലോ
അവനെക്കണ്ട് പഠി
മര്യാദാപുരുഷോത്തം
അല്ലാതെ പെങ്കോന്തനാകരുത്

രാത്രി അച്ഛൻ ഗൃഹാതുരനാകും
പഴയ കാര്യങ്ങൾ പശുവിനെപ്പോലെ അയവിറക്കും
അതൊക്കെയൊരു കാലം
ചായ വിറ്റാണ് ഞാൻ ബലുതായത്
(അതിത്ര വല്യ കുരിശാകുമെന്ന് ബ്രഹ്മാവും വിചാരിച്ചിട്ടുണ്ടാവില്ല)
വെറും ചായയല്ല
ബീഫ് റ്റീയുമല്ല
കടക് ചായ്

ചായയിലും ചായത്തിലും മയക്കി നാട്ടുകാരെ പാട്ടിലാക്കിയാണ്
ഇത്രയുമായത്
എനിക്ക് അച്ഛാ ദിൻ ഉണ്ടായത്
ഇനി എത്രയുമാകാം
എന്തുമാകാം

അച്ഛാ ദിൻ
അച്ഛന്റെ ദിവസം
എവരി ഡോഗ് ഹാസ് എ ഡേ എന്നല്ലേ

എങ്കിലും ചന്ദ്രികേ
എനിക്കും വരും ഒരു നല്ല കാലം
അയ്യഞ്ചു കൊല്ലത്തിലൊരിക്കലാണെങ്കിലും
അന്ന് നിനക്കു വരാം
തറവാട്ടിലേക്ക്

ഇ പി രാജഗോപാലന്...

എഴുത്തൊരു വിത*മാത്രമല്ല, അതിലൊരു
കിളയുമുണ്ടെന്നു നിന്റെ പാഠം.

കിളക്കാതെയും പാടത്തു വിതക്കാം.
കിളച്ചാൽ, പക്ഷേ, വിള പരിപുഷ്ടം.
സരസം സസുഖം സസുഗമം വേരുകൾക്കു
ചരിത്രത്തിന്റെ ഇരുൾച്ചെളിയിലേക്കിറങ്ങാം;
സുപ്തഖനികളിലെ രഹസ്സിൽനിന്നു വലിച്ചെടുക്കാം
വെള്ളവും വെളിച്ചവും.
കൊമ്പുകൾക്കു നീളാം
അനാഗതകാലത്തിന്റെ ആകാശത്തിലെ സ്വപ്നങ്ങളിലേക്ക്;
പൂക്കാം, പൂമരപ്പൂരം തീർക്കാം.

അച്ഛൻ വയലുഴുതു മറിച്ചപ്പോൾ
അക്ഷരങ്ങളുഴുതു മറിച്ചവൻ ഞാൻ
എന്നു സച്ചിദാനന്ദൻ.
നീ പദങ്ങൾ ഉഴുതും കിളച്ചും പലമ വെളിവാക്കുന്ന
പലമപ്പെരുമാൾ.

കിള നടക്കട്ടെ.
കിളക്കുമ്പോഴുള്ള വിയർപ്പിലുമുയിർക്കട്ടെ
പല പല പലമകൾ, പുതുമകൾ.

*കവിതയിലൊരു വിതയുണ്ടെന്നു സ്വാമി (ബ്രഹ്മചാരി)കുഞ്ഞുണ്ണി.

(ജ്ഞാനത്തിന്റെ ഒരു മുഴുവൻ പീഠവും കിട്ടിയ ഓ എൻ വി സാറിനോട് മാപ്പപേക്ഷിച്ചുകൊണ്ട്)

ഇവിടെയെനിക്കൊരു വീടുണ്ട്

വേറെവിടെയുമെനിക്കൊരു വീടില്ലെങ്കിലും
ഇവിടെയെനിക്കൊരു വീടുണ്ട്
ഒരു വീട്
വിശ്വാസത്തിന്റെ മേൽക്കൂരയ്ക്കു കീഴെ
സ്നേഹത്തിന്റെ മൺതറയിൽ
ശാന്തിയുടെ പായയിലങ്ങിനെ കിടക്കാം

കൂരിരുട്ടിൽ ചിലപ്പോൾ കൂറകൾ വരാറില്ലെന്നല്ല
സംശയത്തിന്റെ സജീവസ്പർശിനികളുമായി.
ഏകനും മൂകനും അന്ധനും ബധിരനുമായിരിക്കുമ്പോൾ
കരൾ കരളാൻ എലികളും വരാറുണ്ട്
ഈർഷ്യയുടെ കൂർപ്പിച്ച പല്ലുകളുമായി.
ആലസ്യത്തിന്റെ വലനെയ്യാൻ ചിലന്തികളെത്താറുണ്ട്;
പേടിയുടെ പല്ലികളും
അരിച്ചരിച്ച് ഉന്മാദത്തിന്റെ ഉറുമ്പുകളും.

ക്ഷോഭത്തിന്റെ കൊടുങ്കാറ്റോടൊപ്പം
കണ്ണീർമാരി വീഴാറുണ്ട് മേൽക്കൂരയിൽ.
തറയിലേക്കീർപ്പവും തണുപ്പും അരിച്ചിറങ്ങാറുണ്ട്

എങ്കിലും
ഈ മേൽക്കൂരയും താഴെയീ തറയുമുള്ളപ്പോൾ
നിർത്തിയ പായയിലെന്നും ശാന്തി തന്നെ
ശാന്തി! ശാന്തി!

രാവണവിഷാദയോഗം

പത്തു തലയുണ്ടെങ്കിലും പക്ഷേ
പൊട്ടനായ് ബ്ഭവിച്ചുപോയ്
കണ്ണുകൾ ഇരുപതുണ്ടായിട്ടും
ധൃതരാഷ്ട്രനായി മരുവി ഞാൻ
കാതിരുപതിലും കേട്ടതത്രയും
ആത്മകീർത്തനത്തിനാരവം
മൂക്കു പത്തും മണത്തതോ
മർത്ത്യമാംസവും രക്തവും
രസനയും പത്തുണ്ടെങ്കിലും
വികടസരസ്വതിയേ വത്രൂ
രാമനെന്തെന്നറിയാതെ
മരമായി ജീവിച്ചവൻ
കാമത്തിന്റെ കോമരം
മോഹഗ്രസ്ത പാമരൻ
ശിവൻ പ്രസാദിച്ചിട്ടും
ശവമായിക്കഴിഞ്ഞവൻ
കാലുകൾ രണ്ടായ് പ്പോയ–
തെത്രയും ഭാഗ്യമായ് ത്തീർന്നു
ഓട്ടുമ്പോൾ തടഞ്ഞു വീഴുന്ന–
തൊഴിവാക്കാനെളുപ്പമായ്
ഈ മനോഹര തീരത്തിൽ
ഇനിയുമൊരു ജന്മമുണ്ടെങ്കിൽ
തരികയൊരുത്തമാംഗം
ഹൃദയം പത്തായ്ക്കോട്ടെ
അതു നിറയെ ഭക്തിയും
വിഭക്തിയില്ലെങ്കിലും കൊള്ളാം
വിരക്തിയാകിലും കൊള്ളാം
രാമൻ തലയെടുക്കുമ്പോൾ
ഹൃദയം നിറഞ്ഞു നിൽക്കട്ടെ

(കൊൽക്കത്താ പുസ്തകമേളയിൽ തസ്ലീമാ നസ്രീനിന്റെ പുസ്തകം പ്രകാശിപ്പിക്കപ്പെടുന്നത് നിരോധിക്കപ്പെട്ടപ്പോൾ)

എഴുതരുത്

എഴുതാനിരിക്കുമ്പോൾ ശ്രദ്ധിക്കണം

എറുമ്പുകളുണ്ടാകും എഴുത്തുമേശയിൽ
ഇഴജീവികളായ എറുമ്പുകൾക്ക്
പറക്കും പറവകളെക്കുറിച്ചെഴുതിയാൽ
ശ്ശി വിഷമമുണ്ടാകും

മൂട്ടകളുണ്ടാകും എഴുത്തു കസേരയിൽ
ചൂഷണത്തെക്കുറിച്ചും ശോഷണത്തെക്കുറിച്ചുമെഴുതിയാൽ
കുത്തും അവറ്റ ചന്തിയിൽ
ഇരിക്കപ്പൊറുതിയില്ലാതാക്കും

മഷിനിറക്കുമ്പോൾ നോക്കണം
ഒളിഞ്ഞതെല്ലാം തെളിഞ്ഞുവരുന്ന
മാന്ത്രികന്റെ മഷിയെങ്കിൽ
ഭൂതപ്രേതപിശാചുക്കൾ സൈ്വര്യം തരില്ല

പേനയെടുക്കുമ്പോൾ കരുതിയിരിക്കണം
വാളിനേക്കാൾ മൂർച്ചയുണ്ടാകരുത്
മൂർച്ച കൂടിയാൽ മൂരാച്ചിയെന്ന പേര് വീഴും

കഴിയുമെങ്കിൽ എഴുതരുത്
അല്ലെങ്കിൽ, എഴുതാം
ഹിതമായതു മാത്രം
അഹിതമായത് നഹി നഹി

സത്യം ബ്രൂയാൽ, പ്രിയം ബ്രൂയാൽ
ന ബ്രൂയാൽ സത്യമപ്രിയം
(ഹെന്റെ ചാണക്യാ!)

(എഴുത്തിലുണ്ടായ)
പരിണാമം

കുട്ടിപ്രായത്തിൽ എഴുത്ത് മണ്ണിലായിരുന്നു
ഹരിശ്രീ അരിയിലായിരുന്നെങ്കിലും
പിന്നെ വരച്ചതും കുറിച്ചതുമെല്ലാം മണ്ണിൽ
മുത്തുമുത്തശ്ശിയായ എരിഞ്ഞിക്കു* കീഴിൽ
തരിപ്പഞ്ചസാരപോലെ തരളമായ പൂഴിമണ്ണിൽ

മണ്ണിലെഴുതിയതു കൊണ്ടാകണം
ആരുടേയും കണ്ണിൽപ്പെടാതെ പോയത്
എല്ലാവർക്കും വിണ്ണിലാണല്ലോ കണ്ണ്
മണ്ണിൽ കണ്ണു നട്ടാൽ മണ്ണുണ്ണിയായേക്കാം
ഗഫൂറിന്റെ (ബി എം) മണ്ണുണ്ണി തുടങ്ങിയതും മണ്ണിലാകണം

പിന്നീടെഴുത്ത് കടലാസിലായി
മഴയുടെ മണവും കാടിന്റെ കുളിരുമുള്ള നോട്ടുബുക്കുകളിൽ
പഴയ പത്രത്താളുകളിൽ
പഴങ്കടലാസ്സുകളിൽ

ഇന്നെഴുത്താകാശത്തിൽ
വൈദ്യുതകാന്തിക തരംഗങ്ങളുടെ മഹാർണ്ണവമായ
അന്തമറ്റ ആകാശത്തിൽ.

*ഇലഞ്ഞി

വരബലം

വാളിനേക്കാൾ ശക്തി വാക്കിനാണെന്ന് പഴംപുരാണം
(വാൾബലത്തേക്കാൾ കേമം
ആൾബലമാണെന്നും കേട്ടിട്ടുണ്ട്)
വാഗ്ബലത്തേക്കാൾ കേമം, പക്ഷേ, വരബലം
ആയിരം വാക്കുവേണ്ടിടത്ത് ഒരു വര മതിയെന്ന്
വര വരമായ് കിട്ടിയവർ പറയും
(വര നേർവരയാകാതിരുന്നാൽ മതി)

വരയുടെ പരമശിവൻ വാസേവൻ നമ്പൂതിരിയാണെന്ന്
വി കെ നരനാരായൺകുട്ടി പറഞ്ഞിട്ടുണ്ടെങ്കിലും
ശൂദ്രരും മ്ലേച്ഛരും അത്ര മോശമൊന്നുമല്ല
കുഞ്ഞമ്മാവൻ ഗഫൂർ
കോമൺമാൻ ലക്ഷ്മൺ
കുഞ്ചുക്കുറുപ്പ് യേശുദാസൻ
ഗുരുജി അരവിന്ദൻ...കേശവ്, സുധീർ, സുഭാനി
എ എസ്സ്, കരുണാകരൻ, ഉണ്ണി...

നമ്പൂരി പരമശിവനായ് ക്കോട്ടെ
മറ്റുള്ളവർക്ക് ബ്രഹ്മാവോ വിഷ്ണുവോ ആകാമല്ലോ
വരവഴി സൃഷ്ടിസ്ഥിതിസംഹാരസംഭവങ്ങൾ നടന്നാൽ മതി

വര പലപ്പോഴും വെള്ളത്തിലാണെന്ന ഒരു കുറവുണ്ട്
വരച്ചവരയിൽനിർത്താൻ പ്രയാസം
വരച്ചവരയിൽ വാക്കും നിൽക്കില്ല
വര നിൽക്കണമെങ്കിൽ വാക്കു വേണേനും
അപ്പൊ, വര വാക്കിനൊപ്പം നിൽക്കട്ടെ
ശിവൻ ശക്തിക്കൊപ്പമെന്നപോൽ.

(ചന്തേരയിലേക്ക്)

പോകും

(രാധുവിന്)

ഒരു ദിവസം ഞാൻ പോകും
ഇന്നിസ് ഫ്രീയിലേക്ക വില്ല്യം ബട്ട്ലർ യേയ്റ്റ്സെന്നപോലെ
പോകും

പോകും
ഓർമ്മയുടെ കുണ്ടനിടവഴിയിലൂടെ ചെരുപ്പില്ലാക്കാല്യമായി
മണ്മതിലിലെ മഞ്ഞപ്പൂക്കളിലേക്കും
മണ്ണെണ്ണവിളക്കിന്റെ മഞ്ഞയിലേക്കും
മഴക്കുളിരും മരത്തണുപ്പുമുള്ള
മഷിപടരുന്ന കടലാസിലേക്കും പോകും

പോകും
വിയർപ്പു നാറുന്ന വെയിലിലേക്കും
വയൽച്ചെളിത്തണുപ്പിന്റെ ഇക്കിളിയിലേക്കും
മഴക്കാലത്തവളക്കരച്ചിലിലേക്കും
നെല്ലിക്കാച്ചവർപ്പിലേക്കും
നെന്മണിപ്പൊന്നിലേക്കും പോകും

പോകും
ഓർമ്മയിലെ മനുഷ്യരിലേക്കും മധുരത്തിലേക്കും
ഇച്ചിരയിലേക്കും കുഞ്ഞിപ്പെണ്ണിലേക്കും
വക്കുപൊട്ടിയ ചട്ടിയിലെ മീഞ്ചാറിലേക്കും
ഓട്ടുക്കലത്തിൽ ചുട്ടെടുത്ത അണ്ടിപ്പരിപ്പിലേക്കുംപോകും

പോകും
പുകയിലവാസനയിലേക്കുംവെറ്റിലത്തളിരിലേക്കും
ചുണ്ണാമ്പുനീറ്റലിലേക്കും
കുമൻകരയുമിരുട്ടിലെച്ചൂട്ടുവെളിച്ചത്തിലെത്തെയ്യങ്ങളുടെ
ഭ്രതലാവണ്യങ്ങളിലേക്കും പോകും

പോകും
കാവിലേക്കും കുളത്തിലേക്കും
കാലിക്കടവിലെത്തുറസ്സിലേക്കും
നാഗവളപ്പിലെ കാലം കൊണ്ടുപോയ കളികളിലേക്കും
തെക്കോട്ടുംവടക്കോട്ടുമൊരുപോലെപുരോഗമിക്കും
തീവണ്ടിപ്പാളുടെ നൈശ്ചര്യശയനത്തിലേക്കും പോകും

പോയിപ്പോയിപ്പഴംമഞ്ഞപകർന്ന,
വിരലൊന്നുമുട്ടിയാൽ പൊട്ടിപ്പൊടിയുന്ന പത്രത്താളുകൾപോലെ
ഓർമ്മയായ് പെയ്തിറങ്ങും ഞാൻ...
നീരവം.

www.ingramcontent.com/pod-product-compliance
Lightning Source LLC
LaVergne TN
LVHW060131051026
849517LV00007B/2446
* 9 7 8 9 3 8 7 3 9 8 2 9 0 *